जन्मतारखेतील गूढ

दिलीपराज प्रकाशन प्रा.लि.™

२५१ क, शनिवार पेठ, पुणे - ४११०३०.

दिलीपराज प्रकाशनाची सर्व पुस्तके आता आपण **Online** खरेदी करू शकता.
आमच्या **Website** ला कृपया एकदा अवश्य भेट द्या. अथवा **Email** करा.

Email - diliprajprakashan@yahoo.in

www.diliprajprakashan.in

जन्मतारखेतील गूढ

डॉ. पं. मधुसूदन घाणेकर

TM
दिलीपराज प्रकाशन प्रा. लि.
२५१ क, शनिवार पेठ, पुणे - ४११ ०३०.

जन्मतारखेतील गूढ
Janmatarkhetil Goodh

ISBN : 978 - 93 - 82988 - 88 - 5

प्रकाशक । राजीव दत्तात्रय बर्वे । मॅनेजिंग डायरेक्टर ।
दिलीपराज प्रकाशन प्रा. लि.। २५१ क, शनिवार पेठ, पुणे ४११०३०.
दूरध्वनी क्रमांक (फॅक्ससहित)
२४४७१७२३ । २४४८३९९५ । २४४९५३१४

© प्रकाशकाधीन

लेखक - डॉ. पं. मधुसूदन घाणेकर ।
२०२, शुक्रवार पेठ, फ्लॅट नं. ३,
लक्ष्मीकृपा सोसायटी, काळ्या हौदाजवळ,
पुणे - ४११००२.

प्रथमावृत्ती । २५ मार्च २०१४

प्रकाशन क्रमांक । २०९८

अक्षरजुळणी । सौ. मधुमिता राजीव बर्वे
पितृछाया मुद्रणालय । ९०९, रविवार पेठ । पुणे ४११००२.

मुद्रितशोधन । मिलिंद बोरकर

मुखपृष्ठ । कैवल्य राम मशिदकर

प्रत्येक अंकावर,
प्रत्येक भाग्यांकावर
प्रेम करणाऱ्या
प्रत्येक व्यक्तीस अर्पण...

मनोगत

मी स्वत:ला खूपच भाग्यवान समजतो.

माझा जन्म १८ ऑगस्ट १९५५ रोजी झाला. माझ्या जन्मतारखेतील १, ८ (जन्मतारीख १८) तसेच ९ (जन्मतारीख १८ = १+८ = ९ भाग्यांक) या तीन अंकांचा माझ्या आयुष्यावर खूप महत्त्वपूर्ण प्रभाव पडला आहे. १ अंक रवी, ८ अंक शनी, ९ अंक मंगळ— हे तीनही ग्रह मूळ पत्रिकेतही अत्यंत प्रभावी आहेत. या सगळ्या अनुकूलतेचा एक संयुक्त वैशिष्ट्यपूर्ण परिणाम म्हणजे, मला प्रबळ इच्छाशक्तीचा लाभ झाला आहे. या पुस्तकाच्या निमित्ताने माझा ठळक असा परिचय दिलेला आहेच. ५० हून अधिक क्षेत्रांत अपेक्षेपेक्षा जास्त यश प्राप्त झाले आहे. विविध क्षेत्रांत विक्रम झाले असून आंतरराष्ट्रीय परिषदा, विश्वसाहित्य संमेलन, विश्व काव्य संमेलन अशा सर्वोच्च पातळीवर यश प्राप्त झाले आहे. मंगळाची प्रबळ इच्छाशक्ती, शनीची चिकाटी आणि रवीचा आत्मविश्वास याचे मला वरदान लाभल्यानेच मी माझे आयुष्य सत्कारणी लावू शकलो आहे.

इदं न मम... मी निमित्तमात्र; तसेच ही श्रींची इच्छा आणि माता-पिता-पूर्वजांची पुण्याई... वैश्विक शक्तीची कृपा यामुळेच काही थोडेफार करणे शक्य होत आहे अणू-रेणूंपासून ईश्वरापर्यंत सर्वांविषयी कृतज्ञता व्यक्त करतो.

आयुष्य हे क्षणभंगूर आहे. शेवटच्या क्षणापर्यंत माझ्या प्रत्येक अवयवांकडून सातत्याने सत्कृत्य... सत्कर्मच घडत राहो,

ही ईश्वरचरणी प्रार्थना !

०-०-०

डॉ. मधुसूदन घाणेकर

प्रस्तावना

जवळजवळ इ. स. १९७५ पासून माझा ज्योतिषशास्त्राचा व्यासंग आहे. बालपणापासून अनेक गोष्टींविषयी मला आकर्षण निर्माण झाले. खेळ, नकला, गाणी, लेखन, नाट्य, वक्तृत्व, संघटन, अध्यात्म, सामाजिक कार्य, सांस्कृतिक कार्यक्रम, चित्रपट, शीळवादन, हस्ताक्षर मनोविश्लेषण, रेकी, संमोहन, संगीत, वाचन, ब्रह्मध्यान, जनसंपर्क... अशा अनेक क्षेत्रांविषयी माझी जिज्ञासू वृत्ती वाढत गेली. सुदैवाने जिथे जाईन तिथे चांगलीच माणसे भेटत गेली. त्यात पुन्हा मला ज्योतिषशास्त्राच्या अंतर्गत फलज्योतिष, हस्तसामुद्रिक, अंकज्योतिष; तसेच वास्तुशास्त्र, फेंगशुई, टेलिपथी, रमल, टॅरो कार्ड आदींसंदर्भातही ज्ञान सातत्याने आत्मसात करण्याची संधी मिळाली. या व्यासंगी वृत्तीतून मानवी मनाच्या प्रत्येक कंगोऱ्यामध्ये आत शिरण्याची एक सवयच लागली. मानवी जीवनावर परिणाम करू शकणाऱ्या प्रत्येक घटकाचा वेध घेण्याचा ध्यास निर्माण झाला. त्यामुळे अर्थातच माझे अंकज्योतिषशास्त्रविषयीचे ज्ञान अधिकाधिक प्रगल्भ होण्याच्या दृष्टीने अनुकूलता प्राप्त होत गेली. प्रत्यक्ष जनसंपर्कातून अंकज्योतिषशास्त्राविषयीची नेमकी अनुभूती मिळत राहिली. सन २०१० पासून मी विश्व जोडो अभियानही सातत्याने राबवीत आहे. त्यामुळे हजारो-लाखो व्यक्तींशी प्रत्यक्ष संपर्क सातत्याने होत आहे. हे करता-करता आणि मुळातच माणूस जोडण्याची वृत्ती असल्याने प्रत्येक व्यक्तीच्या जन्मतारखेनुसार प्रत्येक ग्रहाचा त्या-त्या अंकावर असणारा प्रभाव पडताळून पाहणे शक्य झाल्याने या शास्त्रातील सत्यतेविषयीची आत्मविश्वास वाढत रहाण्यास मदत झाली.

अर्थात, हेही उघड सत्य आहे की, फलज्योतिषशास्त्राला मर्यादा आहेत; त्यापेक्षा हस्तसामुद्रिक शास्त्राला मर्यादा आहेत आणि त्याहूनही अधिक प्रमाणात अंकज्योतिषशास्त्रावर मर्यादा आहेत. असे जरी असले, तरी माणूस हा आशावादी असतो. त्याचे आयुष्य सुखी होण्याच्या दृष्टीने तो सतत धडपडत असतो. अशा वेळी अंकज्योतिषशास्त्राच्या आधारे त्याला दिलासा

देण्याचे समाधान अभ्यासकाला निश्चित मिळू शकते. दिलासा देण्याचे अधिक अचूक प्रमाण वाढण्यासाठी अभ्यासकांनी आपली चौफेर व्यासंगी वृत्ती वृद्धिंगत करत त्यास अध्यात्माचीही जोड द्यावी. या पुस्तकाच्या अगोदरही मी काही पुस्तके अंकज्योतिषशास्त्रावर लिहिली आहेत. त्या पुस्तकांनाही अभ्यासक आणि वाचकांकडून उदंड प्रतिसाद मिळाला. या पुस्तकाचेही स्वागत सर्वांकडून अधिक मोठ्या प्रमाणात होत राहील याची प्रचिती माझा ९ भाग्यांक नक्कीच देईल, अशी खात्री आहे.

अभ्यासकांनी, वाचकांनी हे पुस्तक बारकाईने वाचावे आणि या शास्त्राची प्रचिती प्रत्येकास आपल्या जन्मतारखेपासून कशी येत राहते त्याचा आनंद घेत राहावा. सुखी जीवनासाठी आधार म्हणून या पुस्तकाचा उपयोग करताना प्रत्येक अभ्यासकाने जीवनाकडे पाहण्याचा दृष्टिकोन सातत्याने सकारात्मक ठेऊन कर्मयोगाचेही भान ठेवावे, म्हणजे आपले जीवन सार्थक ठरल्याची अनुभूती येईल!

डॉ. मधुसूदन घाणेकर
अध्यक्ष, जागतिक पहिली अंकज्योतिष आणि हस्तसामुद्रिक परिषद

०-०-०

अनुक्रमणिका

१२
12
11
११
२
2
१
1
१०
10
3
९
9
4
7
8
5
6

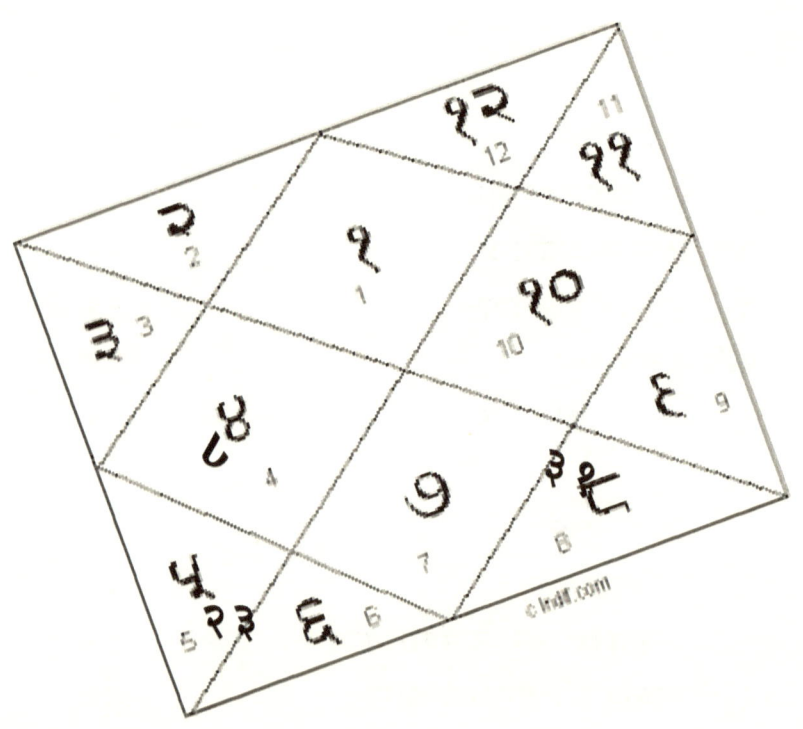

- १ -
विषयप्रवेश

बऱ्याच वेळा व्यवहारात आपल्याला असे अनुभवास येते की, साधी एखादी वस्तू विकत घेण्याच्या निमित्ताने दुकानात गेल्यावर सुटे पैसे अथवा पेनाची आवश्यकता भासल्याचे निमित्त होते आणि त्यातून 'तुम्ही कुठे राहता? काय करता?' इथून जी सुरुवात होते, ते त्याचे रूपांतर पार गाढ मैत्रीत होते.

एखाद्या कार्यक्रमाला गेल्यावर कधी कधी आपण ज्या सीटवर बसलेलो असतो, त्या सीटवर फारसे आल्हाददायक वाटत नाही. मग आपण दुसऱ्या सीटवर जाऊन बसतो.

रस्त्याने जाताना सहज एखाद्या अनोळखी व्यक्तीकडे लक्ष जाते आणि काही कारण नसता ती व्यक्ती आपल्याकडे तिरसटपणे, विचित्रपणे, रागाने पाहत असल्याचे अनुभवास येते. याउलट, कधी कधी एखाद्या अनोळखी व्यक्तीशी नजरानजर झाल्यावर ती व्यक्ती व आपण एकमेकांकडे आपली खूप जुनी ओळख असल्यासारखे पाहतो. या अगोदर एकमेकांना कुठे तरी नक्की पाहिलंय, गाठ पडलीये... असे प्रत्यक्ष झाले नसतानाही वाटत राहते आणि नंतर ओळख होऊन त्याचे मैत्रीतही चांगले रूपांतर होते. आणि मग सर्वसामान्यपणे प्रत्येक व्यक्तीच्याच मनात काही मूलभूत प्रश्न उभे राहतात. आपण विचार करायला लागतो, अर्थ शोधण्याचा प्रयत्न करू लागतो अनेक प्रश्नांतून.

* असे का घडते?
* अनोळखी व्यक्ती ओळखीसारखी वाटते, यात काही पूर्वजन्मीचे ऋणानुबंध आहेत का?
* अनोळखी व्यक्ती काही कारण नसताना आपल्याकडे अशी रागाने का पाहते— जशी गेल्या जन्मीची ही व्यक्ती आपली वैरी होती?
* त्या सीटवर मला फारसं बरं का नाही वाटलं?

* अमुक एक गाडी मला का लाभत नाही?
* अमुक अमुक व्यक्तीशी माझे चांगलेच जमते, असे का?
* अमुक एका व्यक्तीचे मला तोंडसुद्धा पाहावेसे का वाटत नाही?
* अमुक एक व्यक्ती भेटल्यावर मला स्वर्गीय आनंद का होतो?
* अमुक एका व्यक्तीशी काही केले तरी पटत का नाही?
* काही चांगलं अथवा वाईट घडल्यावर पहिल्यांदा अमुक एकाच व्यक्तीला का सांगावेसे वाटते?
* अमुक अमुक व्यक्तीची मला क्षणोक्षणी आठवण का होते?
* अमुक एका व्यक्तीचा मला जरादेखील दुरावा का सहन होत नाही?
* मला विशिष्टच रस्त्यावरून जायला का आवडते?
* ह्या सर्व गोष्टीमागील सूत्रधार कोण... नियती?

यांसारखे अनंत प्रश्न होऊ शकतील. एकूण, या सर्वच गोष्टींची सांगड घालून देणारे एक शास्त्र आहे. आणि त्याचे नाव आहे 'स्पंदनशास्त्र'! ह्या विश्वात सर्वत्र एक सुप्त शक्ती दडलेली आहे. व्यक्ती-व्यक्ती, व्यक्ती आणि वस्तू, व्यक्ती व निसर्ग यांच्यामधून सुप्त लहरी वास्तव्य करीत असतात. प्रत्येक व्यक्ती, गोष्टीत काही स्पंदनांच्या रूपाने ही सुप्त शक्ती कार्य करीत असते. परस्परांची स्पंदने जुळली की, अनुकूल फळे मिळतात आणि स्पंदने जेव्हा जुळत नाहीत, तेव्हा अडथळे निर्माण होतात. किंबहुना, परिस्थिती विकोपापर्यंतही जाऊ शकते. या स्पंदनांचे परिणाम साधणारे एक साधन आहे आणि त्याचे नाव आहे अंकशास्त्र.

मानवजीवनावर ग्रहाचे परिणाम होतात, हे ज्योतिषशास्त्र सांगते. अंकशास्त्रामध्ये प्रत्येक ग्रहाला एकेक अंक दिलेला आहे. त्याचबरोबर व्यक्ती-व्यक्तीमधील स्पंदने अजमावण्याकरिता नावाच्या स्पेलिंगमध्ये येणाऱ्या प्रत्येक अक्षरालाही १ ते ९ अंक दिले आहेत. प्रत्येकाच्या जन्मतारखेवरून, नुसत्या तारखेची एक अंकी येणारी बेरीज म्हणजे भाग्यांक असतो. आणि ह्या भाग्यांकाशी नावातील अक्षरांना दिलेल्या अंकांची बेरीज कितपत जमते आणि जमत नसल्यास फेरफार कसे करावे लागतात, याचा विचार स्वतंत्रपणे एका प्रकरणातच दिला आहे.

भाग्यांकावरून आयुष्यातील भाग्यदायी वयवर्षे, शुभ रंग, शुभ वार,

प्रत्येक भाग्यांकाचे वैशिष्ट्य, संपूर्ण जन्मतारखेचे महत्त्व, आपले कुणाशी पटेल आणि कुणाशी पटणार नाही याचा भाग्यांकावरून विचार कसा करायचा, अनपेक्षित विचारलेल्या प्रश्नाचे उत्तम पिरॅमिड पद्धतीच्या आधारे कसे शोधायचे, इ. सर्व गोष्टींचा आढावा पुढे एकेका प्रकरणात क्रमाक्रमाने घेतला आहे.

□□

– २ –

ग्रह, अंक यांचे अंमल

मागील प्रकरणात आपण भाग्यांक कसा काढावयाचा, हे पाहिले आहे. अंकशास्त्रात एकूण ९ अंक आहेत. १ ते ९ अशा नऊ अंकांवर नवग्रहांचा (प्रत्येकी एकेका अंकावर एकेका ग्रहाचा) अंमल आहे. अंकज्योतिषशास्त्रात प्लुटो धरलेला नाही. त्याचप्रमाणे राहू-केतू ह्या छाया असल्याने त्यांचा अन्य ग्रहांबरोबर एकाच अंकावर अंमल असल्याचे पुढील तक्त्यावरून पाहावयास मिळेल.

अंक	**ग्रह**	**अंक**	**ग्रह**
१	रवि	२	चंद्र
३	गुरू	४	हर्षल आणि केतू
५	बुध	६	शुक्र
७	नेपच्यून आणि राहू	८	शनी
९	मंगळ		

वरील तक्त्यावरून अंक समजला की, त्या अंकावर अंमल असणारा ग्रह आपल्याला समजतो. आपण ज्या तारखेला जन्मलो, त्याचा भाग्यांक काढायचा आणि वरील तक्त्यावरून भाग्यांक कुठल्या ग्रहाच्या आधिपत्याखाली येईल ते कळेल. तसेच प्रारब्ध अंकाबाबतही.

उदा.— जन्मतारीख १८-५-१९५५ आहे. या जन्मतारखेनुसार भाग्यांक (१+८) येईल आणि प्रारब्ध अंक १ येईल (१+८) + (८) + (१+९+५+५) (=३७=१०=१).

म्हणजे भाग्यांक ९ हा वरील तक्त्यानुसार मंगळ ह्या ग्रहाच्या आधिपत्याखाली येईल, तर प्रारब्ध अंक १ हा रवि ग्रहाच्या आधिपत्याखाली येईल.

वारांवर स्वामित्व

ज्याप्रमाणे नवग्रहातील प्रत्येक ग्रहाला एकेका अंकाचे स्वामित्व दिले आहे;

त्याप्रमाणे प्रत्येक ग्रहाला आठवड्याच्या सात वारांपैकी एकेका वाराचे स्वामित्व दिले आहे. सदर तक्ता पुढीलप्रमाणे—

वार	ग्रह	वार	ग्रह
रविवार	रवि आणि केतू	गुरुवार	गुरू
सोमवार	चंद्र आणि राहू	शुक्रवार	शुक्र
मंगळवार	मंगळ	शनिवार	शनी
बुधवार	बुध		

वरील तक्त्यात राहू, केतू यांनाही एकेका ग्रहाचे स्वामित्व दिले आहे. हर्षल, नेपच्यून आणि प्लुटो या ग्रहांना मात्र कुठल्याही वाराचे स्वामित्व दिले नाही.

महिन्यांवर स्वामित्व

ज्याप्रमाणे एकेका वारावर एकेका ग्रहाचे स्वामित्व आहे, त्याप्रमाणे एकेका महिन्यावरदेखील एकेका ग्रहाचे स्वामित्व आहे. अंकशास्त्रानुसार एकेका महिन्यावर असलेल्या सदर ग्रहांचे स्वामित्व पाहिले असता असे लक्षात येते की, रवि ग्रहाचे दरमहा ज्या राशीतून गोचर भ्रमण असते, त्या राशीच्या स्वामी-ग्रहाचा अंमल सदर महिन्यावर असतो, हे आढळते. रवीचे भ्रमण एका राशीत एक महिना असते. उदा. रवीचे १४ जानेवारी रोजी मकर राशीत भ्रमण सुरू होते. मकर राशीचा स्वामी शनी ग्रह आहे. म्हणून जानेवारी महिन्यावर शनिग्रहाचे स्वामित्व आहे. संपूर्ण वर्षाचे महिना आणि स्वामित्व करणारे ग्रह यांचा तक्ता पाहू.

महिना		ग्रह
जानेवारी	-	शनी (मकर राशीत रवि—मकरेचा राशी स्वामी)
फेब्रुवारी	-	शनी (कुंभ राशीत रवि—कुंभेचा राशी स्वामी)
मार्च	-	गुरू (मीन राशीत रवि—मीन राशीचा स्वामी)
एप्रिल	-	मंगळ (मेष राशीत रवि—मेष राशीचा स्वामी)
मे	-	शुक्र (वृषभ राशीत रवि—वृषभ राशीचा स्वामी)

जून	-	बुध (मिथुन राशीत रवि—कर्क राशीचा स्वामी)
जुलै	-	चंद्र (कर्क राशीत रवि—कर्क राशीचा स्वामी)
ऑगस्ट	-	रवि (सिंह राशीत रवि—सिंह राशीचा स्वामी)
सप्टेंबर	-	बुध (कन्या राशीत रवि—कन्या राशीचा स्वामी)
ऑक्टोबर	-	शुक्र (तूळ राशीत रवि—तूळ राशीचा स्वामी)
नोव्हेंबर	-	मंगळ (वृश्चिक राशीत रवि—वृश्चिक राशीचा स्वामी)
डिसेंबर	-	गुरू (धनू राशीत रवि—धनू राशीचा स्वामी)

अ.क्र.	राशी	राशीस्वामी व अंक	स्वामित्व काळ
१)	मेष	मंगळ ९	२१ मार्च ते २० एप्रिल
२)	वृषभ	शुक्र ६	२१ एप्रिल ते २० मे
३)	मिथुन	बुध ५	२१ मे ते २० जून
४)	कर्क	चंद्र २	२१ जून ते २० जुलै
५)	सिंह	रवि १	२१ जुलै ते २० ऑगस्ट
६)	कन्या	बुध ५	२१ ऑगस्ट ते २० सप्टेंबर
७)	तूळ	शुक्र ६	२१ सप्टेंबर ते २० ऑक्टोबर
८)	वृश्चिक	मंगळ ९	२१ ऑक्टोबर ते २० नोव्हेंबर
९)	धनू	गुरू ३	२१ नोव्हेंबर ते २० डिसेंबर
१०)	मकर	शनी ८	२१ डिसेंबर ते २० जानेवारी
११)	कुंभ	शनी ८	२१ जानेवारी ते २० फेब्रुवारी
१२)	मीन	गुरू ३	२१ फेब्रुवारी ते २० मार्च

अंकाचे शत्रू-मित्र कोष्टक

अंक	ग्रह	मित्र अंक	संमिश्र अंक	शत्रू अंक
१	रवि	२,३,९	५	६,८
२	चंद्र	१,५	३,६,८,९	७
३	गुरू	१,२,९	८,७	५,६
४	हर्षल, केतू	१,२,४,५	७,८,९	३,६
५	बुध	१,६,७	२,३,८	९
६	शुक्र	५,७,८	३,९	१,२
७	नेपच्यून, राहू	१,३,४,५	७,८,९	२,६
८	शनी	५,६,७	३	१,२,९
९	मंगळ	१,३	२,६	५,७

तुमचे कोणाशी पटते?

प्रत्येक महिन्यात जन्मलेल्या व्यक्तींची स्पंदने सदर महिन्यात आणि अन्य ३ महिन्यांत जन्मलेल्या व्यक्तींशी जुळत असतात. याला आकर्षण चौकोन असे म्हणतात.

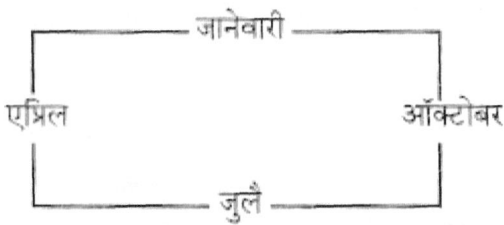

याप्रमाणे हा आकर्षण चौकोन तयार होतो. तुमचा जन्म कुठल्या महिन्यात झाला आहे, त्यानुसार पुढीलप्रमाणे सदर महिन्यात जन्मलेल्या व्यक्तींशी तुमची स्पंदने जुळतील. त्याचे कोष्टक—

जानेवारी	एप्रिल	जुलै	ऑक्टोबर
फेब्रुवारी	मे	ऑगस्ट	नोव्हेंबर
मार्च	जून	सप्टेंबर	डिसेंबर
एप्रिल	जुलै	ऑक्टोबर	जानेवारी
मे	ऑगस्ट	नोव्हेंबर	फेब्रुवारी
जून	सप्टेंबर	डिसेंबर	मार्च
जुलै	ऑक्टोबर	जानेवारी	एप्रिल
ऑगस्ट	नोव्हेंबर	फेब्रुवारी	मे
सप्टेंबर	डिसेंबर	मार्च	जून
ऑक्टोबर	जानेवारी	एप्रिल	जुलै
नोव्हेंबर	फेब्रुवारी	मे	ऑगस्ट
डिसेंबर	मार्च	जून	सप्टेंबर

अंकांचा शरीरातील भागावर अंमल

ज्याप्रमाणे अंकांचे ग्रहांवर स्वामित्व असते, त्याप्रमाणे शरीरातील प्रत्येक भागावर एकेका अंकाचे स्वामित्व असते. ग्रह हे राशींचे स्वामी आहेत. राशींचा शरीरावर अंमल असतो आणि प्रत्येक ग्रहावरही एकेका अंकाचे स्वामित्व आहे. थोडक्यात, राशी-ग्रह-अंक आणि माणसाचे शरीर यांची स्पंदने परस्परांशी जुळणारी आहेत. त्याचे कोष्टक पुढीलप्रमाणे—

क्र.	**राशी**	**अंक**	**ग्रह**	**शरीरातील भाग**
१	मेष	९	मंगळ	चेहरा, डोके, केस
२	वृषभ	६	शुक्र	मान, घसा, डोळा
३	मिथुन	५	बुध	कान, हात, खांदे, फुफ्फुसे
४	कर्क	२	चंद्र	छाती, पोट, वक्षःस्थळ, स्तन
५	सिंह	१	रवि	पाठ, हृदय
६	कन्या	५	बुध	पचनेंद्रिये, लहान-मोठी आतडी
७	तूळ	६	शुक्र	गुह्येंद्रियाचा बाहेरील भाग,

			मूत्राशय, कंबर, गुह्येंद्रियाची शक्ती
८	वृश्चिक	९	मंगळ	शुक्राशय, स्त्रीबीज, पुंबीज, उत्पादक ग्रंथी, स्नायुपद्धती, गुदद्वार
९	धनू	३	गुरू	मांड्या
१०	मकर	८	शनि	गुडघे
११	कुंभ	८	शनि	गुडघ्यापासून पायापर्यंतचा भाग
१२	मीन	३	शुक्र	पाय, तळपाय

◻◻

- ३ -
भाग्यांक आणि प्रारब्ध अंक

भाग्यांक हा जन्मतारखेवरून काढतात. भाग्यांक म्हणजे एखाद्या व्यक्तीच्या फक्त जन्मतारखेची एक अंकी बेरीज होय. (नऊ संख्येपेक्षा मोठी संख्या आल्यास त्या दोन आकड्यांची बेरीज करत-करत शेवटी एकअंकी संख्येला आणावी.) उदा.— एखाद्या व्यक्तीची जन्मतारीख ९ डिसेंबर १९५८ आहे; तर सदर व्यक्ती ९ तारखेला जन्मली असल्याने तिचा भाग्यांक ९ येईल. परंतु, जर १४ डिसेंबर १९५८ अशी असेल, तर सदर व्यक्ती १४ तारखेला जन्मली असल्याने तिचा भाग्यांक १४ = १+४ = ५ येईल.

सदर व्यक्तीने कुठलीही गोष्ट करताना ती ५ तारखेला किंवा ज्या तारखेची बेरीज ५ येईल त्या तारखेला, म्हणजे १४ = (१+४) =५, २३, (२+३) = ५ या तारखेला करावी.

महत्त्वाची खरेदी करावयाची असेल, महत्त्वाची भेट घ्यायची असेल, पत्रव्यवहार करावयाचा असेल, नवीन जागेत राहायला जायचे असेल अथवा प्रवासाला निघायचे असेल; अशा महत्त्वपूर्ण गोष्टी ५,१४ किंवा २३ तारखेला कराव्यात.

समजा एखाद्या व्यक्तीचा भाग्यांक ५ असेल आणि तिने पत्र ४ किंवा ६ तारखेला लिहिले असेल, तर अपेक्षित तो परिणाम साधण्यासाठी त्या व्यक्तीने पत्रावर ५ तारीख घालावी.

पत्रव्यवहार समजा ४ किंवा ६, १३ किंवा १५, २२ किंवा २४ तारखेला केला असेल; तर पत्रावर तारीख मात्र ५, १४ किंवा २३ अशीच घालावी. भाग्यांक समजा ९ आहे. म्हणजे जन्मतारीख ९, १८ किंवा २७ आहे; अशा व्यक्तींच्या आयुष्यातील महत्त्वाची यशदायी वर्षे काढायची असतील, तर ह्या वयवर्ष ९ पासून सुरुवात करावयाची आणि तिथून ९ अंक मिळवत जाऊन ९ वर्षांनंतर येणारे प्रत्येक वयवर्ष हे त्या व्यक्तीला फलदायी जाणारे ठरेल.

म्हणजे ९, ९+९ = १८, १८+९ = २७, २७+९ = ३६, ३६+९= ४५, ४५+९= ५४, ५४+९ = ६३, ६३+९ = ७२ म्हणजेच वयवर्ष ९, १८, २७, ३६, ४५, ५४, ६३, ७२... ह्याप्रमाणे. हा कालावधी सदर

व्यक्तीस अत्यंत फलदायी ठरणारा असेल.

प्रारब्ध अंक

प्रारब्ध अंक हा संपूर्ण जन्मतारखेतील अंकांच्या बेरजेवरून काढतात. उदा.— एखाद्या व्यक्तीची जन्मतारीख १८ ऑगस्ट १९५५ असेल, तर प्रारब्ध अंक पुढीलप्रमाणे काढता येईल.

जन्मतारीख = १८-८-१९५५

प्रारब्ध अंक= (१+८) + (८) + (१+९+५+५)

= ९ + ८ + (२०)

= ९ + ८ + २

= १९

= १+९

= १०

= १+०

= १

म्हणजे १८ ऑगस्ट १९५५ रोजी जन्मलेल्या व्यक्तीचा प्रारब्ध अंक हा १ आला. प्रारब्ध अंक व भाग्यांकात महत्त्वाचे साम्य एक आहे की, हे अंक महत्त्वाच्या घटना दर्शवितात. परंतु प्रारब्ध अंक आणि भाग्यांक यात एक वैशिष्ट्यपूर्ण फरक म्हणजे; प्रारब्ध अंक केवळ शुभ घटना दर्शवत नाही, तर तो अशुभ घटनाही दर्शवतो. प्रारब्ध अंकाची कालमापनपद्धत ही भाग्यांकाप्रमाणेच आहे. वरील उदाहरणात प्रारब्ध अंक १ आहे. या प्रारब्ध अंकात ९ मिळवून येणाऱ्या बेरजेत प्रत्येक वेळी ९ मिळवत गेल्यावर जे-जे वयवर्ष येईल, त्या वर्षी सदर व्यक्तीला जीवनात महत्त्वपूर्ण शुभ अथवा अशुभ घटनेचा अनुभव येईल. प्रारब्ध अंक १ नुसार वर्ष १, त्यानंतर १+९=१०, १०+९=१९, १९+९=२८, २८+९=३७ याप्रमाणे ४६, ५५, ६४, ७३, ८२ ही वयवर्षे येतील.

भाग्यांक लाभदायक वय, वर्ष

१ - १, १०, १९, २८, ३७, ४६, ५५, ६४, ७३, ८२

२ - २, ११, २०, २९, ३८, ४७, ५६, ६५, ७४, ८३

३ - ३, १२, २१, ३०, ३९, ४८, ५७, ६६, ७५, ८४

४ - ४, १३, २२, ३१, ४०, ४९, ५८, ६७, ७६, ८५
५ - ५, १४, २३, ३२, ४१, ५०, ५९, ६८, ७७, ८६
६ - ६, १५, २४, ३३, ४२, ५१, ६०, ६९, ७८, ८७
७ - ७, १६, २५, ३४, ४३, ५२, ६१, ७०, ७९, ८८
८ - ८, १७, २६, ३५, ४४, ५३, ६२, ७१, ८०, ८९
९ - ९, १८, २७, ३६, ४५, ५४, ६३, ७२, ८१, ९०

प्रारब्ध अंक आणि अनुकूल अथवा प्रतिकूल वयवर्षाचा तक्ता वरीलप्रमाणेच ग्राह्य धरावा.

□□

- ४ -
भाग्यांक - एक ते नऊ

भाग्यांक १

ज्या व्यक्तींचा जन्म १, १०, १९ आणि २८ तारखेला होतो, त्या व्यक्तींचा भाग्यांक १ असतो. भाग्यांक १ हा रवि ग्रहाच्या आधिपत्याखाली येतो.

भाग्यांक १ असलेल्या व्यक्ती धैर्यवान असतात. त्यांच्यात धडाडी असते. त्या मानी असतात. त्यांच्यात एक प्रकारचा स्वयंभूपणा असतो. स्वयंप्रेरित असतात. त्यांच्या व्यक्तिमत्त्वातून वैचारिक प्रभाव पडत असतो. प्रकृतीने अत्यंत काटक असतात. शरीरात रोग-प्रतिबंधक शक्ती तीव्र असते. चेहऱ्यावर तरतरीतपणा असतो. मानसन्मान, प्रतिष्ठा, अधिकार यांतून त्यांचे व्यक्तिमत्त्व सतत खुलून येत असते. राजकारणात ते स्वतःचा स्वतंत्र असा ठसा उमटवू शकतात. ही मंडळी न्यायी आणि सत्यप्रिय असतात. बोलण्यात अत्यंत स्पष्ट असतात. मनमोकळेपणा असतो.

भाग्यांक १ असलेल्या परंतु कुंडलीत जर रवि बिघडला असेल, तर अशा व्यक्ती आत्मकेंद्रित, मत्सरी, गर्विष्ठ, बढाई मारणाऱ्या, पोकळपणा, भपकेबाजपणा असलेल्या आढळतात.

प्रकृती :

प्रकृतीने काटक असतात. पोटाची तक्रार कधी नसते. उष्ण प्रकृती असते. पाठ, हृदय आणि नेत्रविकार उद्भवतात. हाडाचाही त्रास संभवतो. वृद्धापकाळात मोतीबिंदू, डोळ्याचे ऑपरेशन संभवते. हृदयविकाराची शक्यताही दर्शवते. झोकून देऊन काम करण्याची वृत्ती असल्याने अतिश्रमामुळेही काही आजार उद्भवतात.

व्यवसाय, नोकरी :

१ भाग्यांक असलेल्या व्यक्तींचा संबंध सरकारी खात्याशी येतो. वीज, उद्योग, न्यायालय, ग्रामपंचायत, नगरपालिका इ. क्षेत्रांबरोबरच जाहिरात वृत्तपत्र-चित्रपटक्षेत्र, फोटोग्राफी-रंगमंचावरील प्रकाशयोजना, विविध पातळींवरील निरीक्षक

इ. संदर्भातील व्यक्ती १ भाग्यांक असलेल्या आढळतात.

आर्थिक धोरण :

ह्या व्यक्ती दिलदार मनोवृत्तीच्या असल्याने मित्रपरिवारासाठी मनसोक्त खर्च करीत असतात. आर्थिक बाबतीतही या व्यक्ती सहकार्यवृत्ती दर्शवतात. सामाजिक विधायक उपक्रमांसाठी ह्या व्यक्ती आर्थिक हातभार उत्स्फूर्तपणे लावतात.

मित्र :

भाग्यांक २, ३, ५ आणि ९ असलेल्या व्यक्तींशी यांची मैत्री जमू शकते. डिसेंबर, मार्च, एप्रिल, जून, जुलै, ऑगस्ट, सप्टेंबर महिन्यात जन्मलेल्या व्यक्तींशी मैत्री जमते.

विवाहसौख्य :

१ भाग्यांक असलेल्या पुरुषांना आपली पत्नी सतत आपल्यासमोर हवी, अशी अपेक्षा असते. व्यावसायिक क्षेत्रातील पुरुष आपल्या पत्नीच्या सहकार्याने यश संपादन करतात. ह्या भाग्यांकाच्या स्त्रियांना जर तोलामोलाचा पती नसेल, तर त्यांच्या वैवाहिक जीवनात उदासीनता दिसू लागते. त्यांचा कल प्रभावी, कर्तृत्ववान पुरुषाकडे झुकणारा असतो.

१९ जन्मतारीख :

१९ जन्मतारखेमध्ये १ हा अंक रवीचा, मूळ भाग्यांकाचा आणि त्याबरोबर ९ अंक म्हणजे मंगळाची जोड. रवि-मंगळ ग्रह हा जन्मतारखेत एकत्र येतात. १ भाग्यांक असलेली १९ जन्मतारखेची म्हणजे रवि-मंगळाची जोरदार युतीच होते. अशी माणसे अत्यंत धडाडीची, आक्रमक आणि कणखर नेतृत्व करणारी असतात. स्वत:च्या बोलण्यातून दुसऱ्याला प्रभावित करतात. अशा व्यक्तींना समाजात मान असतो. शब्दाला वजन असते. समाजावर ह्या व्यक्ती अधिकार, वर्चस्व गाजवतात. अशा व्यक्तींचा अहंकार फार झट्कन दुखावला जातो. त्यांची महत्त्वाकांक्षा प्रबळ असते. निम्म्याहून अधिक काम प्रबळ इच्छाशक्तीतच मिळून जाते. हृदयविकार, रक्तदाब, आम्लपित्त इ. विकारांपासून त्रास संभवतो. अपघातापासून भय असते. अन्यायाविरुद्ध झगडण्याची त्यांची वृत्ती असते. वैवाहिक जीवनात त्यांचे साथीदारावर वर्चस्व असते. या व्यक्ती प्रतिकूलतेवर

सहजपणे मात करतात. मनाचा खंबीरपणा असतो. अत्यंत जिद्दी असतात. सतत कार्यरत राहण्याकडे कल असतो. हरहुन्नरी प्रवृत्ती असते. कमालीचा उत्साह असल्याने त्यांना विश्रांती फार कमी मिळते. चंचलता, उतावीळपणा त्यांच्या स्वभावात आढळतो. या व्यक्ती तामसी प्रवृत्तीच्या असतात, स्तुतिप्रिय असतात.

२८ जन्मतारीख :

२८ जन्मतारखेमध्ये २ हा अंक चंद्राचा आणि ८ हा अंक शनीचा, म्हणजे ह्या जन्मतारखेत चंद्र-शनि एकत्र येतात. चंद्र-शनि हे दोन्ही परस्परांचे शत्रू आहेत. त्यामुळे या जन्मतारखेला जन्मलेल्या व्यक्तींचे आयुष्य खडतर असते. कुठल्याही बाबतीत 'विलंब' प्रत्ययास येतो. प्रयत्नाच्या मानाने यश कमी मिळते. निर्णय घेण्यास त्यांना वेळ लागतो. मात्र त्यांच्यात चिकाटी कमालीची असते. कष्टाळू प्रवृत्ती असते. समतोलतेकडे त्यांचा कल असतो. ह्या व्यक्ती न्यायप्रिय असतात.

भाग्यांक १ असलेल्या काही प्रसिद्ध व्यक्ती

नरसिंह राव २८-६-१९२१
दत्तोपंत ठेंगडी १०-११-१९२०
इंदिरा गांधी १९-११-१९१७
सई परांजपे १९-३-१९३६
अरविंद गोखले १९-२-१९१९
दुर्गा भागवत १०-२-१९१०
जिमी कार्टर १-१०-१९२४
लता मंगेशकर २८-९-१९२९
पं. डी. बी. पलुस्कर २८-७-१९२१
स्वातंत्र्यवीर सावरकर २८-५-१८८३
सुनील गावसकर १०-३-१९४९
सलील अंकोला १-३-१९६८

भाग्यांक २

ज्या व्यक्तींचा जन्म २, ११, २० आणि २९ तारखेला येतो, त्या व्यक्तींचा भाग्यांक २ असतो. २ हा भाग्यांक 'चंद्र' ग्रहाच्या आधिपत्याखाली येतो. दोन भाग्यांक असलेल्या व्यक्ती अत्यंत संवेदनशील मनोवृत्तीच्या असतात.

त्यांच्यात धीमेपणा असतो. शांतताप्रिय असतात. कुठल्याही गोष्टीचा तर्कशुद्ध विचार करण्याकडे कल असतो. संस्कारक्षमता, आकलनक्षमता चांगल्या प्रकारची असते. समाधानी असतात. द्रव्य पदार्थांची आवड असते. निसर्गाकडे ओढ असते. ही माणसे मायाळू असतात. दुसऱ्याला समजावून घेण्याची वृत्ती असते. एकांतप्रियतेकडे त्यांचा कल असतो. स्वप्नाळू असतात.

भाग्यांक २, परंतु ज्यांच्या पत्रिकेत चंद्र बिघडला आहे; अशा व्यक्ती मनाने कमकुवत असतात. त्यांच्यात आत्मविश्वासाचा अभाव असतो. या व्यक्ती स्वतंत्रपणे निर्णय घेऊ शकत नाहीत. मनमोकळेपणाने आपली सुख-दुःखे त्या व्यक्त करू शकत नाहीत. त्यांचा आतल्या आत कोंडमारा होतो.

प्रकृती :

२ भाग्यांक असलेल्या व्यक्ती कुठलीही गोष्ट मनाला फार लावून घेतात. कुठल्याही गोष्टीची अवाजवी काळजी करण्याकडे कल असतो. लहरीपणा असतो. त्यांच्या स्वभावामुळेच त्यांच्यामध्ये रोगप्रतिबंधक शक्ती कमी असते. तौलनिक दृष्ट्या काटकपणा कमी आढळतो. घशाचे विकार, मानदुखी, डोळ्यांचे विकार इ. त्रास संभावतो. चंद्र बिघडला असल्याल वाणीदोषही आढळतो. पोट, लहान आतडे, मोठे आतडे, स्तन इ. संबंधी विकार तसेच कफविकार टायफॉईड, मनोविकृती इ. शारीरिक त्रास संभवतो.

व्यवसाय, नोकरी :

पाणीपुरवठा खाते, भाजी-फळ विक्रेते, दूध डेअरी, धरण खाते, नौकाविहार, नर्सरी, वनस्पती उद्योग इ. विषयक नोकरी-व्यवसाय २ भाग्यांक असलेल्या व्यक्तीच्या अमलाखाली येतात.

आर्थिक धोरण :

२ भाग्यांक असलेल्या व्यक्तींचा धनसंचयाकडे अधिक कल असतो. आवडत्या गोष्टीसाठी— मग तो प्रवास असो वा खरेदी असो— मनमुरादपणे खर्च करण्याची त्यांची वृत्ती असते.

मित्र :

भाग्यांक १ आणि ५ असलेल्या व्यक्तींशी २ भाग्यांक असलेल्या

व्यक्तींचे चांगले जमू शकते. जून, ऑगस्ट आणि सप्टेंबरमध्ये जन्मलेल्या व्यक्तींशी २ भाग्यांक असलेल्या व्यक्तींची अधिक चांगली मैत्री होऊ शकते.

विवाहसौख्य :

२ भाग्यांक असलेल्या व्यक्ती सहवासप्रिय अधिक असतात. विशेषत: आपल्या पतीने आपल्याशी सतत सुसंवाद साधावा, सर्व काही हौस पुरवावी, असे स्त्रीला वाटत असते. पतीकडून तिला हळुवारपणा हवा असतो. पतीबरोबर प्रवास करण्याची तिला अधिक गोडी असते.

११ तारखेला जन्मलेल्या व्यक्ती :

या व्यक्तींमधील स्वभाववैशिष्ट्ये २ भाग्यांकानुसार तर असतातच, परंतु त्याहीशिवाय १ भाग्यांकामध्ये असलेले गुणधर्म या तारखेला जन्मलेल्या व्यक्तींमध्ये अधिक तीव्र होतात. थोडक्यात, दुप्पट होतात असे म्हटले तरी वावगे होणार नाही. ह्या व्यक्तींमध्ये प्रबळ आत्मविश्वास आणि रोगप्रतिबंधक शक्ती तीव्र असते. अशी माणसे मनाने अत्यंत खंबीर असतात.

२० तारखेला जन्मलेल्या व्यक्ती :

या व्यक्तींमध्ये अधिक वेगळेपणा अथवा विशेष गुणांबाबत सांगायचे झाल्यास, ह्या व्यक्तींना भिन्नलिंगी व्यक्तीचा सहवास खूप लाभतो. अशा व्यक्तींना समुद्रकाठ, नदीकिनारा, ओढा, नाला, धरणे इ. गोष्टींविषयी विलक्षण आकर्षण असते.

२९ तारखेला जन्मलेल्या व्यक्ती :

२९ तारखेला म्हणजे चंद्र आणि मंगळ ग्रहाचा मिलाफ असतो. या व्यक्तींना मातृसौख्य मनाजोगे लाभते. जमिनीपासून फायदा होतो. या व्यक्तींमध्ये तामसी मनोवृत्ती असते. खर्चिक वृत्ती असते. उतावीळपणा असतो. अचानक धनप्राप्तीदेखील होते. उच्च रक्तदाबामुळे शरीराला त्रास होतो. लाल रंग प्रिय असतो. जीवनात गतिमानतेकडे अधिक कल असतो.

भाग्यांक २ असलेल्या काही प्रसिद्ध व्यक्ती

महात्मा गांधी २-१०-१८८९

मोरारजी देसाई २९-२-१८९६
दिलीपकुमार ११-१२-१९२२
राजीव गांधी २०-८-१९४४
राम शेवाळकर २-३-१९३१
ह. मो. मराठे २-३-१९४०
अमिताभ बच्चन ११-१०-१९४२
हिराबाई बडोदेकर २९-५-१९०५
ज्योत्स्ना भोळे ११-५-१९१३
नवज्योत सिद्धू २०-१०-१९६३
वसंत कानेटकर २०-३-१९२२
जयप्रकाश नारायण ११-१०-१९०२

भाग्यांक ३

ज्या व्यक्तींचा जन्म ३, १२, २१ आणि ३० या तारखांना होतो, त्या व्यक्तींचा भाग्यांक ३ असतो. भाग्यांक ३ हा गुरू ग्रहाच्या आधिपत्याखाली येतो.

३ भाग्यांक असलेल्या व्यक्ती अत्यंत सात्त्विक प्रवृत्तीच्या असतात. परमार्थी असतात. परोपकारी भावना त्यांच्या मनात उपजतपणेच रुजलेली असते. आचार-विचारांत कधीही सहसा अंतर आढळत नाही. त्यांची सदसद्विवेकबुद्धी सदैव जागरूक असते. दुसऱ्याला क्षमा करण्यात त्यांचा मोठेपणा असतो. दुसऱ्याच्या जीवनात या व्यक्ती स्वत: सुकाणूची भूमिका वठवतात. आदर्शवाद हा त्यांच्या जीवनाचा मूलभूत पाया असतो. ते स्वत: संस्कारक्षम असतात आणि दुसऱ्यावरही चांगले संस्कार घडवतात. प्रामाणिकपणा, विश्वासार्हता, निष्ठा ही त्यांची गुणवैशिष्ट्ये असतात. त्यांचा एकूण कल ऐहिक सुखाकडे असतो. संयमी असतात. निर्णयात दूरदृष्टी, धीमेपणा असतो.

भाग्यांक ३ परंतु कुंडलीत गुरू बिघडला असेल, तर अशा व्यक्ती म्हणजे 'वरून कीर्तन, आतून तमाशा' असे त्यांचे स्वरूप नाकारता येणार नाही. ढोंगीबाजपणा, दिखाऊपणा इ. वैगुण्ये आढळू शकतात.

प्रकृती :

३ भाग्यांक असलेल्या व्यक्तीला लीव्हरसंदर्भात तक्रारी उद्भवतात. शरीर स्थूलतेची शक्यता असते. चरबी वाढणे, रक्ताची वाढ, अतिखाण्यामुळे

होणारा त्रास, मधुमेह, मांड्या दुखणे, जळवात, पायांना भेगा पडणे, पावले दुखणे इ. स्वरूपाच्या तक्रारी संभावतात.

व्यवसाय-नोकरी :

अशा व्यक्तींचा पेशा विशेषकरून शिक्षणक्षेत्रासंदर्भात असतो. शिक्षक, प्राध्यापक मंडळी ३ भाग्यांकाच्या अंतर्गत येतात. शिकवण्या घेणारे, शिक्षण संस्थाचालक ३ भाग्यांक असलेल्या व्यक्तींमध्ये आढळतात. प्रवचनकार, कीर्तनकार, धर्मप्रसारक, उच्च अधिकारी आदी मंडळी ३ भाग्यांकामध्ये अधिक प्रमाणात आढळतात.

आर्थिक धोरण :

भावना आणि व्यवहार यात समतोल साधण्याकडे ३ भाग्यांक असलेल्या व्यक्तींचा कल असतो. ही मंडळी दान-धर्मासाठी पैसा खर्च करतात. धार्मिक विधी, पूजा-अर्चा, गरजूंच्या पालन-पोषणासाठी सहकार्य इ. बाबत अग्रक्रमाने खर्च करतात. व्यवसायात आर्थिक व्यवहाराबाबत पूर्णपणे प्रामाणिकपणे असतात. ज्ञान घेण्यासाठी, तसेच ग्रंथ-पुस्तके खरेदीसाठी पैसा खर्च करतात.

मित्र :

भाग्यांक १, २ आणि ९ असलेल्या व्यक्तींशी ३ भाग्यांक असलेल्या व्यक्तींची मैत्री चांगली जमू शकते. एप्रिल, जुलै, ऑगस्ट आणि नोव्हेंबर महिन्यात जन्मलेल्या व्यक्तींशी चांगले पटते.

विवाहसौख्य :

३ भाग्यांक असलेल्या व्यक्तींना वैवाहिक जीवनात फारशा अपेक्षा नसतात. संसारात ऐहिक सुखाकडे कल अधिक असतो. सहसा त्यांना कुठल्याही बाबतीत साथीदाराशी वाद घालायला आवडत नाही. संसारात शांतता-समाधान लाभावे, मन:शांती लाभावी— हा दृष्टिकोन असतो. कुठल्याही बाबतीत टोकाला जायला आवडत नाही. संसारात सामंजस्याची भावना असते. मुलांच्या सर्वांगीण उत्कर्षासाठी ह्या व्यक्ती अधिक झटताना दिसतात.

१२ जन्मतारीख :

या जन्मतारखेत १ म्हणजे रवि आणि २ म्हणजे चंद्र ह्या दोन ग्रहांचा

मिलाफ होतो. १२ जन्मतारीख आणि पौर्णिमेचा जन्म जर असेल, तर अशा व्यक्तींच्या जीवनात सुख-समृद्धी आणि भरभराटच पाहायला मिळते. १२ जन्मतारीख आणि जन्म अमावास्येला असेल, तर अशा व्यक्तीला जीवनात यश मिळवण्यासाठी संघर्ष करावा लागतो. प्रकृतीविषयक तक्रारी वरचेवर उद्भवतात.

२१ जन्मतारीख :

२१ जन्मतारीख म्हणजे आधी चंद्राची फलिते मिळतात आणि नंतर रवीची फलिते मिळतात. म्हणजे थोडक्यात, ह्या व्यक्तींना केलेल्या कामाचे श्रेय मिळायला अपेक्षेपेक्षा अधिक कालावधी लागतो. मानसन्मान, प्रतिष्ठा मिळण्यास उशीर होतो. तौलनिक दृष्ट्या ३ भाग्यांक असलेल्या व्यक्तींमध्ये २१ जन्मतारखेच्या व्यक्तीत त्यागी भावना अधिक असते. या व्यक्ती प्रपंचात प्रथम प्राधान्य मुलांच्या उत्कर्षाला देतात. स्वत:ला ४ गोष्टी कमी मिळाल्या तरी चालतील, परंतु मुलांचे व्यवस्थित झाले पाहिजे, हा त्यामागील हेतू असतो.

३ भाग्यांक असलेल्या काही प्रसिद्ध व्यक्ती

माधव ज्यूलियन २१-११-१८९८

रमेश देव ३०-१-१९३२

भा. द. खेर १२-६-१९१७

डॉ. व्ही. बी. परदेशी २१-४-१९५०

अब्राहम लिंकन १२-२-१८०८

अशोककुमार ३०-१०-१९११

रा. चिं. ढेरे ३-१-१९३०

य. दि. फडके ३-१-१९३१

राणी एलिझाबेथ २१-४-१९२६

अक्कलकोट स्वामी समर्थ ३०-४-१८७८

स्वामी विवेकानंद १२-१-१८६३

जगदीशचंद्र बोस ३०-११-१८५८

भालजी पेंढारकर ३-५-१८९८

महादेवशास्त्री जोशी १२-१-१९०६

भाग्यांक ४

भाग्यांक ४ असलेल्या व्यक्ती 'हर्षल' ग्रहाच्या आधिपत्याखाली येतात. ज्या व्यक्तींचा जन्म ४, १३, २२ आणि ३१ तारखेला झालेला असतो, त्यांचा भाग्यांक ४ असतो. ह्या व्यक्ती अत्यंत हरहुन्नरी प्रवृत्तीच्या असतात. त्यांना पूर्णपणे आत्मविश्वास असतो. फक्त त्यांना कुणी तरी उत्तेजन देण्याची आवश्यकता असते. त्यांच्या आवडीची गोष्ट करण्यासाठी त्यांना उद्युक्त करावे लागते. या व्यक्तींना वेगवेगळ्या विषयांबाबत अभिरुची असते. सतत काहीना काही नवीन करीत राहावे, असे वाटत असते. या व्यक्तींची संशोधक वृत्ती असते. या व्यक्ती मुत्सद्दी असतात, राजकारणी असतात. लहरीपणा, अनिश्चितता, तऱ्हेवाईकपणा त्यांच्या स्वभावात असतो. ह्या व्यक्तींचा मनावर ताबा राहू शकत नाही. अत्यंत टोकाच्या भूमिकेला जातात. आक्रमकपणा असतो. साहस असते. चार भाग्यांक आणि हर्षलचा शुक्राशी अथवा चंद्राशी अशुभ योग होत असल्यास वैवाहिक जीवनात अडथळे निर्माण होतात. ताण-तणाव निर्माण होतात. प्रसंगी अलग होईपर्यंत वेळ येते.

प्रकृती :

साथीच्या रोगामुळे प्रकृतीस त्रास उद्भवतो. हिस्टेरिया, वेड लागणे, वायूचे झटके बसणे, स्फोट-अपघातापासून त्रास, विजेचे वा स्फोटक पदार्थांचे अपघात यांपासून शरीरास अपाय दर्शवतो.

व्यवसाय, नोकरी :

रसायनिक द्रव्य, वैज्ञानिक साधने, रेडिओ, रेडियम, दूरध्वनिवाहक, विद्युत उपकरणे, इलेक्ट्रॉनिक साधने इ. संदर्भात या व्यक्तींचा पेशा दाखवतो. इंजिनिअर, बिल्डिंग कॉन्ट्रॅक्टर, कारखानदार इ. क्षेत्रांतील मंडळी ४ भाग्यांकामध्ये आढळतात.

आर्थिक धोरण :

या व्यक्ती आर्थिक दृष्ट्या समाधानी असतात. जवळ असलेला पैसा नवनवीन गोष्टींचे शास्त्र आत्मसात करून घेण्यासाठी, संशोधनकार्यासाठी अथवा नवे प्रयोग करून पाहण्यासाठी ह्या व्यक्ती खर्च करीत असतात.

मित्र :

१, २, ४, ५, ७ आणि ८ भाग्यांकांच्या व्यक्ती; तसेच जुलै, ऑगस्ट, जानेवारी आणि फेब्रुवारी महिन्यात जन्मलेल्या व्यक्तींशी त्यांची मैत्री जुळते.

वैवाहिक जीवन :

ह्या व्यक्तीमधील हरहुन्नरी प्रवृत्ती, नावीन्याची ओढ - अनिश्चितपणा हा वैवाहिक जीवनात अत्यंत त्रासदायक ठरतो. शुक्र जर चांगला असेल, तर भाग्यांक ४ असलेल्या व्यक्तींचे वैवाहिक जीवन काही प्रमाणात तडजोड करून यशस्वी होऊ शकते.

१३ जन्मतारीख :

यात रवि (१) आणि गुरू (३) हे दोन ग्रह एकत्र येतात. त्यामुळे या व्यक्तींच्या कर्तृत्वाला अधिक उजाळा प्राप्त होतो. शिक्षणानिमित्त मानाचा प्रवास घडतो. आयुष्यात मानसन्मान घडतात. समाजात कीर्ती, प्रतिष्ठा घडते. या व्यक्तींची अभिरुची उच्च असते. ही मंडळी विविध पातळींवरून आपल्या व्यक्तिमत्त्वातून वैचारिक - बौद्धिक प्रभाव पाडत असतात. उच्च अधिकारीवर्ग, शिक्षण संस्थेशी निगडित मंडळी, विचारवंत, संशोधक, तत्त्वज्ञ यांच्या बाबतीत १३ भाग्यांक आढळतो.

२२ जन्मतारीख :

२२ जन्मतारखेत २ ह्या अंकाचा म्हणजे चंद्राचा दुप्पट प्रभाव पडतो. ही माणसे भावुक असतात. त्यांचे डोळे पाणीदार असतात. (डोळे चांगले असतात) त्यांच्यात चोखंदळपणा असतो, रसिकता असते. कुठल्याही गोष्टींचा आनंद मनापासून घेतात. भिन्न लिंगी व्यक्तीच्या सहवासाकडे विलक्षण ओढ असते व त्यातून फायदाही होतो, सहवास लाभदायक ठरतो.

भाग्यांक ४ असलेल्या काही प्रसिद्ध व्यक्ती

बिडकर महाराज २२-१-१८३९
जयवंत दळवी ३-८-१९२५
श्री. म. माटे ३१-८-१८८६
ना. सी. फडके ४-८-१८९४

आचार्य अत्रे १३-८-१८९८
रवींद्र पिंगे १३-३-१९२६
गोविंद बल्लाळ देवल १३-११-१८५५
पं. शिवकुमार शर्मा १३-१-१९३८
पं. भीमसेन जोशी १३-२-१९२२
भालचंद्र फडके १३-५-१९२५
बालकवी १३-८-१८९०
बापू नाडकर्णी ४-४-१९३२
जवागल श्रीनाथ ३१-८-१९६९

भाग्यांक ५

भाग्यांक ५ असलेल्या व्यक्ती 'बुध' ह्या ग्रहाच्या आधिपत्याखाली येतात. ज्या व्यक्तींचा जन्म ५, १४ किंवा २३ तारखेला झालेला असतो, अशा व्यक्तींचा भाग्यांक ५ असतो.

५ भाग्यांक असलेल्या व्यक्तींना माणसांचे विलक्षण वेड असते. त्या समूहप्रिय असतात. खूप बोलक्या असतात. त्यांच्याकडे कुशाग्रता असते, व्यवहारचातुर्य असते. या व्यक्तींमध्ये बालिशपणाही असतो. खिलाडूवृत्ती असते. पुस्तके वाचायची आवड असते. गणित विषयात हातखंडा असते. ज्योतिषशास्त्र, गूढशास्त्र, अंक ज्योतिष याविषयक त्यांना विशेष रुची असते. या व्यक्तींचा कल व्यवसायाकडे अधिक असतो. कुठलीही गोष्ट व्यवहाराला धरून करण्याची वृत्ती असते. निवेदक, पत्रकार, वकील, क्रिकेट समालोचक, सांस्कृतिक कार्यक्रमातील सूत्रधार, सूत्रसंचालक इ. व्यक्ती ५ भाग्यांक असलेल्या व्यक्तींमध्ये आढळतात. पत्ते, बुद्धिबळ, हस्तकौशल्य, तंतुवाद्य वाजवणे इ. गोष्टींची आवडही या व्यक्तींना असते. व्यंगचित्रकार-हास्य कलावंत-साहित्यिक तसेच चार्टर्ड अकौन्टट्स, कंपनी सेक्रेटरी ५ भाग्यांकांतर्गत येतात. ज्या व्यक्तींचा भाग्यांक ५ आहे आणि बुध बिघडला आहे, अशा व्यक्ती खोटे बोलतात. अशा व्यक्तींची कागदपत्रांत फेरफार करण्याची वृत्ती असते. स्वत:च्या बोलण्यामुळे स्वत:हून रोष ओढून घेतात.

प्रकृती :

५ हा अंक बुधाच्या अमलाखाली येतो. बुध हा ग्रह बुद्धीचा कारक आहे. बुध ग्रह बिघडला असल्यास कुठल्याही गोष्टींचा अवाजवी विचार करण्याच्या

वृत्तीमुळे निद्रानाशाचा विकार संभवतो. विसरभोळेपणा, मेंदूचा रोग, विस्मरण इ. त्रासदेखील संभवतात. राहू-मंगळासारख्या ग्रहांना बुध बिघडला असता त्वचेचे रोग उद्भवलेले प्रत्ययास येते.

व्यवसाय, नोकरी :

५ भाग्यांक असलेल्या व्यक्ती प्रसारमाध्यमांत अधिक प्रमाणात आढळतात. दूरदर्शन, टेलिफोन, पोस्ट, दळणवळण, रेल्वे, वृत्तपत्र, कोर्ट इ. क्षेत्रांत नोकरी करणारी मंडळी ५ भाग्यांक असलेली प्रत्ययास येतात. स्टेशनरी व्यवसाय, पुस्तक विक्रेते, कागद-व्यापार, छपाई, कॉम्प्युटर, कुरिअर सर्व्हिस, फॅक्स-सर्व्हिस, पॅकिंग खोली इ. विविध व्यावसायिक ५ भाग्यांक असलेल्या व्यक्तींमध्ये आढळतात.

आर्थिक धोरण :

५ भाग्यांक असलेल्या व्यक्ती हिशेबाला अत्यंत चोख असतात. 'सामुदायिक सौदेबाजी'मध्ये या व्यक्ती स्वत:चा स्वतंत्र ठसा उमटवू शकतात. आर्थिक नियोजन या व्यक्ती उत्तमपणे करू शकतात.

मित्र :

ज्या व्यक्तींचा भाग्यांक १, २ आणि ६ आहे, अशा व्यक्तींशी ५ भाग्यांक असलेल्या व्यक्तींचे जमते. मे, जुलै, ऑगस्ट आणि ऑक्टोबर महिन्यात जन्मलेल्या व्यक्तींशी या व्यक्तींची चांगली मैत्री होऊ शकते.

विवाहसौख्य :

५ भाग्यांक असलेल्या व्यक्ती अत्यंत बोलक्या असतात. बोलण्यातून त्यांचा उत्साह ओसंडून वाहत असतो. हास्य-विनोद करणे, बोलण्यातून सहवासातील रंगत वाढवणे ही या व्यक्तींची मूलभूत प्रकृती असल्याने जर अबोल अथवा गंभीर स्वरूपाचा साथीदार मिळाला, तर अशा व्यक्तींच्या वैवाहिक सुखावर विरजणच पडते, असे म्हणावे लागेल.

१४ जन्मतारीख :

१४ जन्मतारखेत १ म्हणजे रवि आणि ४ म्हणजे हर्षल ह्या ग्रहांचा

मिलाफ घडतो. त्यामुळे ५ भाग्यांक आणि १४ जन्मतारीख असलेल्या व्यक्तींमध्ये हरहुन्नरी प्रकृतीला आत्मविश्वासाची जोड मिळते. कुठल्याही प्रतिकूल परिस्थितीला खंबीरपणे सामोरे जाऊन त्यातून योग्य तो मार्ग काढण्यात या व्यक्ती यशस्वी होतात. या व्यक्ती जीवनात विविध क्षेत्रांत यश संपादन करतात.

२३ जन्मतारीख :

२३ जन्मतारीख म्हणजे २ हा चंद्र आणि ३ हा गुरू असा चंद्र-गुरूचा मिलाफ. ५ भाग्यांक आणि २३ जन्मतारीख असलेल्या व्यक्तींना स्वत:च्या क्षेत्रात मानसन्मान, कीर्ती, प्रतिष्ठा, लोकमान्यता प्राप्त होते. कौटुंबिक उत्कर्ष घडतो. मानसिक स्वास्थ्य लाभते. समाजात स्वत:च्या व्यक्तिमत्त्वातून बौद्धिक प्रभाव पाडण्यात ह्या व्यक्ती यशस्वी होतात.

भाग्यांक ५ असलेल्या काही प्रसिद्ध व्यक्ती

पंडित जवाहरलाल नेहरू १४-११-१८८९
डॉ. बाबासाहेब आंबेडकर १४-४-१८९१
लोकमान्य टिळक २३-७-१८५६
गोपाळ गणेश आगरकर १४-७-१८५६
अल्बर्ट आइन्स्टाईन १४-३-१८७१
जगन्नाथराव जोशी २३-६-१९२०
सौ. अनुराधा जोगदेव १४-१२-१९५८
सौ. अर्चना जोगदेव १४-७-१९६५
व्यंकटेश प्रसाद ५-८-१९६९
सानेगुरुजी १४-२-१८९९
गुळवणीमहाराज २३-१२-१८८८
सुभाषचंद्र बोस २३-१-१८९७
सचिन तेंडुलकर २३-४-१९७३
द. सा. मिरासदार १४-४-१९२७

भाग्यांक ६

भाग्यांक ६ असलेल्या व्यक्ती शुक्र ग्रहाच्या आधिपत्याखाली येतात. ज्या व्यक्तींचा जन्म ६, १५ आणि २४ तारखेला झालेला असतो, अशा

व्यक्तींचा भाग्यांक ६ येतो.

६ भाग्यांक असलेल्या व्यक्तींचा खास स्वभाव सांगायचा म्हणजे— ह्या व्यक्ती अत्यंत रसिक, कलाप्रिय असतात. त्यांना उपजतच सौंदर्यदृष्टी असते. टापटीप, व्यवस्थितपणा, सुबकता ही त्यांच्या कामाची वैशिष्ट्ये असतात. त्यांचे जीवन विविध रंगांनी, विविध ढंगांनी नटलेले असते. त्यांची वृत्ती शौकिन असते. त्यांच्यात विलासप्रियता असते. त्यांना शृंगाराची आवड विलक्षण असते. फळं-फुलं— निसर्गसौंदर्य- प्रवास- गाणी ऐकणे- मनोरंजन इ. मध्ये ते रमलेले असतात. कुठलाही पदार्थ चवीने खाण्याची वृत्ती असते. बोलण्यात अत्यंत मार्दवता असते. भौतिक सुखाकडे त्यांची अधिक ओढ असते. स्वत:च्या व्यक्तिमत्त्वातून भिन्न लिंगी व्यक्तीला आकृष्ट करून घेण्यासाठी त्यांची धडपड चालू असते आणि त्यात ते यशस्वीही होतात. साहित्य, संगीत, नृत्य, चित्रकला, पेंटिंग, विणकाम, भरतकाम, अभिनय इ. विविध कलांकडे या व्यक्तींचा कल असतो. या व्यक्तींची वृत्ती उपभोगी असते. त्यांचे जीवन रसरशीत असते. त्यांचे जीवन एखाद्या कलेचा प्रदीर्घ आविष्कार असतो. ही माणसे अत्यंत स्वप्नाळू असतात, उत्साही असतात. त्यांचे जीवन विविधतेतून नटलेले असते. आकर्षक व्यक्तिमत्त्वाचे वरदान ६ भाग्यांक असलेल्या व्यक्तींना लाभलेले असते. भाग्यांक ६ आणि शुक्र बिघडला असेल तर प्रेमात अपयश, वैवाहिक जीवनात अडथळे, जीवनात वैफल्य आढळते.

प्रकृती :

नेत्ररोग, मूत्ररोग, वीर्यविकार, महिलांना पाळीचा त्रास, चैनीमुळे होणारे त्रास, लैंगिक न्यूनगंड, मैथुनामुळे होणारे त्रास इ. व्याधी ६ भाग्यांक असलेल्या व्यक्तींमध्ये आढळतात.

व्यवसाय, नोकरी :

सौंदर्यप्रसाधने, सुखोपयोगी वस्तूसंदर्भात ६ भाग्यांक असलेल्या व्यक्तींची नोकरी अथवा व्यवसाय आढळतो. बिल्डिंग कॉन्ट्रॅक्टर, हॉटेल व्यावसायिक, सोने-चांदीचे व्यापारी, नाट्य-चित्रपट कलावंत, संगीत-दिग्दर्शक, गायक, फुला फळांचे व्यापारी, उदबत्ती-अत्तराचे व्यापारी, कापड व्यापारी, वाद्य विक्रेते, गारुडी, कलावंत इ. विविध क्षेत्रांतील व्यावसायिक ६ भाग्यांक असलेल्या व्यक्तींमध्ये आढळतात.

आर्थिक धोरण :

या व्यक्ती अत्यंत खर्चिक वृत्तीच्या असतात. कपडे, अलंकार, दागदागिने, शोभेच्या वस्तू, वाहन, घर, बंगला इ. सर्व बाबतींत स्वत:साठी भरघोस खर्च करीत असतात. मनोरंजन, चैन यासाठी खर्च करतात. काही मंडळी व्यसनाच्या आहारी जाऊन त्यासाठीदेखील अनाठायी खर्च करतात. या व्यक्तींना पैसा, संपत्तीचा मोह असतो. भिन्न लिंगी व्यक्तींसाठीदेखील या व्यक्ती मनमुरादपणे खर्च करतात. स्वत:चे व्यक्तिमत्त्व आकर्षक ठेवण्यासाठी त्यांना पैसा पुरत नाही. शुक्र बिघडला असल्यास लॉटरी, जुगार, सट्टा-बाजार— किंबहुना, पैशासाठी वाममार्ग अवलंबण्यासदेखील ह्या व्यक्ती मागे-पुढे पाहत नाहीत.

मित्र :

ज्या व्यक्तींचा भाग्यांक ५, ७ आणि ८ आहे, अशा व्यक्तींशी ६ भाग्यांक असलेल्या व्यक्तींचे चांगले जमते. जून, सप्टेंबर, जानेवारी आणि फेब्रुवारीत जन्मलेल्या व्यक्तींशी या व्यक्तींची चांगली मैत्री होऊ शकते.

विवाहसौख्य :

६ भाग्यांक असलेल्या व्यक्तींबाबत सहवासातून प्रेम निर्माण होऊन त्यातून विवाहात रूपांतर होणे अथवा प्रेमविह झाल्याचे अधिक प्रमाणात प्रत्ययास येते. या व्यक्तींचा शुक्र जर राहूसारख्या ग्रहाने बिघडला असेल तर, विवाहबाह्य संबंधही घडू शकतो. मुळात ६ भाग्यांक शुक्राच्या आधिपत्याखाली असल्याने अशा व्यक्तींचा भिन्न लिंगी व्यक्तींकडे ओढ अधिक तीव्र असतो. त्यामुळे त्यांच्या वैवाहिक जीवनात पेल्यातील वादळे उद्‌भवतात! असे जरी असले, तरी या व्यक्ती साथीदारावर जीवापाड प्रेम करतात.

१५ जन्मतारीख :

१५ जन्मतारखेत १ म्हणजे रवि ग्रह आणि ५ म्हणजे बुध ह्या दोन ग्रहांचा मिलाफ होतो. ६ भाग्यांक आणि १५ जन्मतारीख असलेल्या व्यक्तींचा वक्तृत्वातून अधिक प्रभाव पडू शकतो. या व्यक्ती व्यवहारामध्ये अत्यंत हुशार असतात. कुठल्याही गोष्टीचे नियोजन चांगल्या पद्धतीने करू शकतात. या व्यक्तींचा व्यासंग दांडगा असतो. विविध विषयांवरील पुस्तकांचा संचय करण्याकडे, वाचनाचा आनंद घेण्याकडे या व्यक्तींचा कल असतो. ही मंडळी कागदपत्रे

अत्यंत चांगल्या पद्धतीने हाताळतात. कुठल्याही गोष्टींच्या अचूक नोंदी करण्याकडे त्यांचा कल असतो.

२४ जन्मतारीख :

या जन्मतारखेत २ म्हणजे चंद्र आणि ४ म्हणजे हर्षल ह्या २ ग्रहांचा मिलाफ असतो, संयुक्त प्रभाव असतो. या व्यक्ती स्वतःच्या हरहुन्नरी प्रवृत्तीमधून दुसऱ्याला जिंकून घेतात. २४ जन्मतारीख असलेल्या व्यक्तींचा शुक्र बिघडला असल्यास, भिन्न लिंगी व्यक्तीविषयक अवाजवी आकर्षणामुळे वैवाहिक जीवनात स्फोटक वातावरण निर्माण होते.

भाग्यांक ६ असलेल्या काही प्रसिद्ध व्यक्ती

संत ज्ञानदेव १५-८-१२७५

भय्यासाहेब ओंकार ६-२-१९३०

प्रभाकर पणशीकर १५-३-१९३१

व. कृ. जोशी १५-२-१९१८

वा. रा. कांत ६-१०-१९१३

नारायण सुर्वे १५-१०-१९२६

बाळ पंडित २४-७-१९२९

सुरेश भट १५-४-१९३३

वसंत सबनीस ६-१२-१९२३

शिरीष पै १५-११-१९२९

भाग्यांक ७

भाग्यांक ७ हा नेपच्यून ह्या ग्रहाच्या आधिपत्याखाली येतो. ज्यांचा जन्मदिनांक ७, १६ किंवा २५ असतो, अशा व्यक्तींचा भाग्यांक ७ असतो. भाग्यांक ७ असलेल्या व्यक्ती अत्यंत संवेदनशील असतात. या व्यक्ती भावनाप्रधान असतात. या व्यक्ती मनाने अत्यंत कमकुवत असतात. त्यांचा मनावर ताबा राहू शकत नाही. त्यांच्या विचारांत उत्स्फूर्तपणा असतो. अशा व्यक्तींनी साधना केली, उपासना केली तर आध्यात्मिक प्रगती गतीने होऊ शकते. ७ भाग्यांकाच्या व्यक्तींना सूचक स्वप्ने पडतात. पुढे घडणाऱ्या घटनांचा त्यांना आधी संकेत मिळतो. या व्यक्ती मनाविरुद्ध काही घडल्यास एकदम खचून जातात. या

व्यक्तींना गूढशास्त्र, जादू, दैवी चमत्कार, अध्यात्म, संमोहनविद्या इ. सारख्या गोष्टींची अभिरुची असते. ज्यांचा भाग्यांक ७ आहे आणि पत्रिकेत शुक्राशी अशुभ योग होत असला, तर वैवाहिक जीवनात घोटाळे दर्शवतात. शनीशी अशुभ योग होत असेल, तर आयुष्यात फसवणूक होण्याचे योग येतात.

प्रकृती :

मानसिक दुर्बलता, भावनेच्या आहारी जाणे, फीट्सचा विकार, वेड, मेंदूविकृती, मानसिक आघात बसणे, मानसिक घोटाळे होणे इ. व्याधी नेपच्यूनमुळे उद्भवतात.

व्यवसाय, नोकरी :

परदेशी मालाची ने-आण करणे, क्लोरोफॉर्मविषयक व्यवसाय (निर्मिती, पुरवठा), रसायने-वैद्यकीय साधने इ. विषयक व्यवसाय-नोकरी ७ भाग्यांक असलेल्या व्यक्तींमध्ये आढळतात.

आर्थिक धोरण :

नेपच्यूनचा बुध अथवा शुक्र ग्रहाशी अशुभ योग असेल, तर अशा व्यक्तींची मोठ्या प्रमाणात आर्थिक फसवणूक दर्शवते. अशा व्यक्तींनी आर्थिक व्यवहारात जामीन राहण्याचे शक्यतो टाळावे.

मित्र :

१, ३, ४, ५ भाग्यांक असलेल्या व्यक्तींशी ७ भाग्यांकाच्या व्यक्तींची मैत्री होऊ शकते. जून, सप्टेंबर, डिसेंबर, जानेवारी, फेब्रुवारी आणि मार्चमध्ये जन्मलेल्या व्यक्तींशी ७ भाग्यांक असलेल्या व्यक्तींची चांगली मैत्री होऊ शकते.

विवाहसौख्य :

वैवाहिक जीवनात भावनेच्या आहारी जाऊन वागणाऱ्या ७ भाग्यांकाच्या व्यक्ती असतात. नेपच्यूनशी शुक्राचा अथवा चंद्राचा अशुभ योग असेल, तर ७ भाग्यांकाच्या व्यक्तींबाबत वैवाहिक जीवनात अनपेक्षित आणि आकस्मिक प्रतिकूल घटना संभवतात.

१६ जन्मतारीख :

या जन्मतारखेत १ म्हणजे रवि आणि ६ म्हणजे शुक्र अशा ह्या दोन ग्रहांची युतीच असते. शुक्र बलवान असेल, तर अशा व्यक्तींच्या बाबतीत काही नाट्यमय प्रसंगातून विवाहात रूपांतर घडते आणि सदर दांपत्य समाजाच्या दृष्टीने चर्चेचाच एक विषय बनते.

२५ जन्मतारीख :

या जन्मतारखेत २ म्हणजे चंद्र आणि ५ म्हणजे बुध अशी दोन ग्रहांची युती होत असते. या व्यक्ती स्वत:च्या बुद्धिचातुर्याच्या जोरावर व्यवसायात उत्कर्ष घडवून आणतात. या व्यक्तींच्या यशाचे रहस्य म्हणजे त्यांचे दुसऱ्याला प्रभावित करणारे वक्तृत्व असते. बोलण्यातून ही मंडळी दुसऱ्यावर फार झट्कन स्वत:ची छाप पडू शकतात.

७ भाग्यांकाच्या काही प्रसिद्ध व्यक्ती

अटलबिहारी वाजपेयी २५-१२-१९२५
पं. श्रीकृष्ण जकातदार १६-१०-१९१९
डॉ. श्रीराम लागू १६-११-१९२७
वि. म. कुलकर्णी ७-१०-१९१७
वामन चोरघडे १६-७-१९१४
राम कोलारकर २५-६-१९३५
वसंत बापट २५-७-१९२२
माणिक वर्मा १६-७-१९२६
पं. रविशंकर ७-४-१९२०
व. पु. काळे २५-३-१९३२

भाग्यांक ८

भाग्यांक ८ हा 'शनि' ह्या ग्रहाच्या आधिपत्याखाली येतो. ज्यांचा जन्मदिनांक ८, १७ आणि २६ असतो, अशा व्यक्तींचा भाग्यांक ८ असतो.

भाग्यांक ८ असलेल्या व्यक्ती अत्यंत कष्टाळू वृत्तीच्या असतात. अत्यंत क्लिष्ट आणि अवघड स्वरूपाची कामे ह्या व्यक्ती चिकाटीतून, आपल्या अथक परिश्रमातून यशस्वी करत असतात.

८ भाग्यांकाच्या व्यक्तींच्या आयुष्यात सतत कष्ट असतात. त्यांना यश मिळते, परंतु तेव्हा वेळ निघून गेलेली असते. या व्यक्तींना कुठलाही निर्णय घेण्यास विलंब लागतो. या व्यक्ती स्वत:चे मत उघडपणे, सरळ-सरळ व्यक्त करीत नाहीत. ह्या व्यक्ती राजकीय प्रवृत्तीच्या असतात. त्यांच्यात धूर्तपणा असतो. मुरब्बीपणा असतो. या व्यक्ती हातचे राखून वागतात. त्यांच्यात सातत्य हा एक विशेष गुणधर्म असतो. ही माणसं आयुष्यात कमनशिबी ठरतात. खूप कष्ट करतात, करत राहतात. त्यामानाने निष्पन्न फार होत नाही. तरीदेखील धैर्य सोडत नाहीत. काम करीत राहणे हा त्यांचा स्वभावधर्म असतो. दूरदृष्टी, सहनशीलता, धीमेपणा, काटकपणा हे ह्या व्यक्तींमधील गुण वाखाणाण्यासारखे असतात. ८ भाग्यांक असलेल्या व्यक्तींचा शनी हा रवीने बिघडला असल्यास अशा व्यक्तींचे वडिलांशी पटत नाही. हेकेखोरपणा आढळतो. मंगळाच्या सहयोगात आकस्मिक घटना घडतात. चंद्राशी होणारा अशुभ योग हा दीर्घ आजार दर्शवतो.

प्रकृती :

८ भाग्यांक असलेल्या व्यक्तीला सांधेदुखी, पोटदुखी, दीर्घ मुदतीचा आजार, थंडीपासून होणारे विकार, खोकला, क्षय, अर्धांगवायू, महारोग, हाडाचे विकार इ. व्याधी संभवतात.

व्यवसाय, नोकरी :

कनिष्ठ दर्जाचे काम करणारे कामगार, हमाल, धुणी-भांडी करणाऱ्या महिला, खाण कामगार, लोखंडाचे व्यापारी, मच्छीमारी व्यावसायिक, मांसाहारी पदार्थांचे व्यापारी, वकील, न्यायाधीश, रेल्वेक्षेत्रसंदर्भातील कामगार-अधिकारी इ. व्यक्ती ८ भाग्यांक असलेल्या व्यक्तींमध्ये आढळतात.

आर्थिक धोरण :

८ भाग्यांक असलेल्या व्यक्तींचा स्वभाव काटकसरी असतो. आर्थिक बाबतीत ह्या व्यक्ती अत्यंत चांगल्या पद्धतीने पूर्वनियोजन करू शकतात. या व्यक्तींना कष्टाच्या मानाने पैसा कमी मिळतो, परंतु या व्यक्तींचा दीर्घकालीन बचत करण्याकडे कल असतो.

मित्र :

५, ६ आणि ७ भाग्यांक असलेल्या व्यक्तींशी ८ भाग्यांक असलेल्या व्यक्तींची मैत्री चांगल्या प्रकारे जमू शकते. ज्या व्यक्तींचा जन्म मे, जून, सप्टेंबर, ऑक्टोबरमध्ये झालेला असतो; अशा व्यक्तींशीही ८ भाग्यांकाच्या व्यक्तींची मैत्री जमू शकते.

विवाहसौख्य :

८ भाग्यांक असलेल्या व्यक्तींचा विवाह उशिरा होतो. वैवाहिक जीवनातील लाभदायक घटनादेखील उशिरा घडतात. वैवाहिक जीवनात अनेक अडचणींना सामोरे जावे लागल्यामुळे या व्यक्तींना सुखाच्या क्षणांचा आनंद योग्य प्रकारे घेता येत नाही.

१७ जन्मतारीख :

१७ जन्मतारखेला १ म्हणजे रवि आणि ७ म्हणजे नेपच्यून ह्या ग्रहांची युती झालेली असते. १७ जन्मतारीख असलेल्या व्यक्तींचा शनी बिघडला असल्यास अशा व्यक्तीच्या जीवनात फसगत, बेबनाव अथवा अनपेक्षितरीत्या प्रतिष्ठेचे प्रश्न उदभवतात. शनि बलवान असेल आणि गुरूचे पाठबळ असेल, तर या व्यक्ती अध्यात्मात प्रगती करू शकतात.

२६ जन्मतारीख :

२६ जन्मतारीख— २ म्हणजे चंद्र आणि ६ म्हणजे शुक्र— अशी चंद्र-शुक्राची युती ही एक प्रकारची वैवाहिक जीवनात पौर्णिमेसारखा प्रदीर्घ काळ आनंद देणारीच ठरते. शुक्र, शनी अनुकूल असल्यास अशा व्यक्ती स्वत:च्या अंगी असलेल्या कलेचा आनंद प्रदीर्घ काळ घेऊ शकतात. अशा व्यक्तींची जुनी मैत्री प्रदीर्घ काळ टिकून रहाते. माणसे जोडण्याचे कौशल्य त्यांच्याकडे असते. ही माणसे भूतकाळात रममाण होणारी असतात.

भाग्यांक ८ असलेल्या काही प्रसिद्ध व्यक्ती

डॉ. बी. व्ही. रामन ८-८-१९१८
पु. ल. देशपांडे ८-११-१९१९
गो. नी. दांडेकर ८-७-१९१६

भास्करबुवा बखले १७-१०-१८६९
रत्नाकर मतकरी १७-११-१९३८
बर्नार्ड शॉ २६-७-१८५६
आशा भोसले ८-९-१९३३
देव आनंद २६-९-१९२३
बालगंधर्व २६-६-१८८०
रणजित देसाई ८-४-१९२८

भाग्यांक ९

भाग्यांक ९ असलेल्या व्यक्ती 'मंगळ' ग्रहाच्या आधिपत्याखाली येतात. ज्यांचा जन्मदिनांक ९, १८ आणि २७ आहे, अशा व्यक्तींचा भाग्यांक ९ असतो.

९ भाग्यांकाच्या व्यक्ती अत्यंत महत्त्वाकांक्षी असतात. या व्यक्ती गतिमानप्रिय असतात. त्यांना काहीसा उतावीळपणा असतो. कुठलीही कृती केल्यावर त्याचे फळ लगेच मिळावे, अशी त्यांची अपेक्षा असते. त्यांच्यामध्ये निर्णयतत्परता असते. दुसऱ्यावर वर्चस्व गाजवण्याची वृत्ती असते. या व्यक्ती तामसी मनोवृत्तीच्या असतात. त्यांच्यात अत्यंत खंबीरपणा असतो. प्रतिकूल परिस्थितीत त्यांचे धैर्य दीर्घकाळ टिकून राहणारे असते. अत्यंत स्पष्ट आणि परखड वक्तव्य असते, त्यामुळे प्रसंगी त्यांच्यामुळे एखादी व्यक्ती दुखावली जाण्याचीही शक्यता असते. या व्यक्तींना राग झट्कन येतो, परंतु या व्यक्ती शांतदेखील तेवढ्याच लवकर होतात. कुठल्याही बाबतीत 'एक घाव-दोन तुकडे' अशी निर्णयाची पद्धत असते. त्यांना 'भिजत घोंगडे' प्रकार आवडत नाही. या व्यक्ती साहसप्रिय असतात. वाहने भरधाव चालवतात. हाती घेतलेले काम या व्यक्ती तत्काळ पूर्ण करतात. चंचल मनोवृत्ती असते. लहान मुले अत्यंत दांडगाई करणारी असतात. ही मुले सतत धडपडत असतात. 'दुसऱ्याला मारलं' म्हणून आई-वडिलांकडे अशा मुलांबाबत सतत तक्रारी येत असतात.

९ भाग्यांक असलेल्या व्यक्तींना निम्म्याहून अधिक यश त्यांच्या प्रबळ इच्छाशक्तीतच मिळालेले असते.

९ भाग्यांक आणि चंद्राशी मंगळाचा शुभ योग असेल, तर अशा व्यक्तींना जमिनीपासून अथवा वडिलोपार्जित संपत्तीपासून फायदा होतो. अचानक धनलाभ योगदेखील संभवतो.

प्रकृती :

ह्या व्यक्तींना मुख्यत: उष्णतेच्या विकारापासून त्रास संभवतो. जळजळणे, पित्त, रक्तदाब, तसेच कापणे, भाजणे, खरचटणे इ. गोष्टींपासून त्रास संभवतो.

व्यवसाय-नोकरी :

९ भाग्यांक असलेली मंडळी नोकरीत उच्च अधिकारपद भूषवितात. मिलिटरी, पोलीस खाते, संरक्षण विभाग, गावचा पुढारी इ. संबंधित व्यक्ती ९ भाग्यांकामध्ये आढळतात. रसायन, तंत्र, इंजिनिअरिंग, सर्जरी, वैद्यक इ. विविध क्षेत्रांतील व्यक्ती ९ भाग्यांकामध्ये आढळतात.

आर्थिक धोरण :

या व्यक्तींच्या हाती पैसा कधी टिकत नाही. अत्यंत उदार मनोवृत्ती असल्याने दुसऱ्यासाठी पैसा खर्च करण्यात ह्या व्यक्ती सतत पुढाकार घेत असतात. ९ भाग्यांक आणि चंद्र-मंगळाचा शुभ योग असेल, तर अशा व्यक्तीला परकीय चलन सहज उपलब्ध होऊ शकते. या व्यक्ती एखादी वस्तू आवडल्यावर त्या वस्तूच्या किमतीचा मागचा-पुढचा विचार न करता सांगितल्या गेलेल्या किमतीस ती वस्तू विकत घेऊन टाकतात.

मित्र :

१, २ आणि ३ भाग्यांक असलेल्या व्यक्तींशी भाग्यांक असलेल्या व्यक्तींची मैत्री लवकर आणि चांगली जमू शकते. ज्या व्यक्तींचा जन्म जुलै, ऑगस्ट, डिसेंबर आणि मार्चमध्ये झालेला असतो; अशा व्यक्तींची ९ भाग्यांक असलेल्या व्यक्तींशी चांगली मैत्री जमू शकते.

विवाहसौख्य :

या व्यक्ती अत्यंत उतावळ्या असतात. त्यामुळे विवाहविषयक निर्णय घेताना घाई होण्याची शक्यता नाकारता येत नाही. या व्यक्ती झट्कन दुसऱ्यावर भाळतात आणि त्यामुळे तत्काळ निर्णयाचा आग्रह धरतात. तसेच तामसी मनोवृत्तीमुळे मनात येईल ते लगेच बोलून टाकल्याने साथीदार दुखावला जातो. साथीदारावर अशा व्यक्तींची वर्चस्व गाजवण्याची वृत्ती असते. त्यामुळे बरेच निर्णय साथीदारावर लादले जातात. त्यामुळे वादग्रस्त-स्फोटक परिस्थिती निर्माण

होते. अर्थात कुठल्याही बाबतीत पुढाकार घेण्याची वृत्ती असल्याने बिघडलेले वातावरण, परिस्थिती आटोक्यात आणण्यासाठी याच व्यक्ती पुढाकार घेतात आणि स्वतःच्या तामसी मनोवृत्तीचे समर्थन देत बसतात. ९ भाग्यांक असलेला पती हा पत्नीची सर्व काही हौस-मौज भागवण्याचा प्रयत्न करत असतो. फक्त प्रत्येक गोष्टीतली घाई त्याला नडते. तर, ९ भाग्यांक असलेली पत्नी ही नवऱ्याला चांगलीच मुठीत ठेवते.

१८ जन्मतारीख :

१८ जन्मतारीख असलेल्या व्यक्तींना ९ जन्मतारीख असलेल्या व्यक्ती-इतकी ९ भाग्यांकाची तीव्र फळे मिळू शकत नाहीत. यशासाठी सतत संघर्ष करावा लागतो. त्यामुळे शारीरिक, मानसिक स्वास्थ्य क्वचितच लाभते. याला कारण १८ जन्मतारखेत १ म्हणजे रवि आणि ८ म्हणजे शनि अशी परस्परांचे शत्रू असलेल्या रवि-शनि ग्रहांची युती झालेली असते. परिणामी ही माणसे हट्टी, हेकेखोर, आपले तेच खरे असा हेका धरणारी, अपवादाने तडजोडीची भूमिका स्वीकारणारी अशा मनोवृत्तीची असतात. बाकी महत्त्वाकांक्षा, जिद्द, प्रबळ इच्छाशक्ती, निर्णयतत्परता इ. गुणधर्म (९ मध्ये असलेले) त्यांच्यात असतातच.

२७ जन्मतारीख :

या जन्मतारखेत २ अंकाचा ग्रह 'चंद्र' आणि ७ अंकाचा ग्रह 'नेपच्यून' ह्या दोन अत्यंत संवेदनशील ग्रहांची युती झालेली असते. त्यामुळे २७ जन्मतारीख असलेल्या व्यक्तींमध्ये कल्पनाशक्तीचा उत्स्फूर्त आविष्कार पाहायला मिळतो. या व्यक्ती भव्य-दिव्य अशा योजना आखतात. त्यांना कल्पना सुचतात आणि एवढेच नाही, तर त्या साकार करण्याच्या दृष्टीने या व्यक्ती जिद्दीने प्रयत्नशीलही राहतात.

९ भाग्यांक असलेल्या काही प्रसिद्ध व्यक्ती

धोंडो केशव कर्वे १८-४-१८५८

लालबहादूर शास्त्री ९-१०-१९०४

वि. वा. शिरवाडकर २७-२-१९१२

गुरू दत्त ९-७-१९२५

व्ही. शांताराम १८-११-१९०१

डॉ. पं. मधुसूदन घाणेकर १८-५-१९५५
ज्योत्स्ना देवधर २७-२-१९२६
सेतुमाधव पगडी २७-८-१९१०
विनोद कांबळी १८-१-१९७२
वेंकटपती राजू ९-७-१९६९

□□

– ५ –

जन्ममहिना

आपण आत्तापर्यंत नुसत्या जन्मतारखेचा विचार केला. जन्मतारखेवरून भाग्यांकानुसार प्रत्येक भाग्यांकाची स्वभाव-वैशिष्ट्ये पाहिली, प्रत्येक भाग्यांक आणि त्याचे मित्र भाग्यांक पाहिले. आता आपण जन्म कुठल्या महिन्यात झाला आणि त्यानुसार जन्ममहिन्यात असलेला अंक काय सांगतो, हे पाहणार आहोत.

अंक-ज्योतिषशास्त्राचा विचार करता, हा विषय अभ्यासला असता एक गोष्ट प्रकर्षाने लक्षात येते की— जन्ममहिन्याला जो अंक दिला गेलेला आहे, तो अंक रवि ग्रहाच्या राशीभ्रमणानुसार दिला गेलेला आहे.

प्रत्येक महिन्यावर एकेका अंकाचा, पर्यायाने त्याच्या ग्रहाच्या अंमल असतो.

जानेवारीमध्ये 'रवि' ग्रह मकर राशीत प्रवेश करतो. मकर राशीचा स्वामी 'शनि' या ग्रहाचा अंमल जानेवारी महिन्यात असतो. फेब्रुवारीत रवि कुंभ राशीत जातो आणि म्हणून फेब्रुवारी महिन्यासाठी शनिग्रह दिलेला आहे. मार्च महिन्यात रवि मीन राशीत जातो. मीनेचा राशीस्वामी 'गुरू' हा मार्च महिन्यासाठी दिलेला आहे. एप्रिल महिन्यात रवि मेष राशीत जातो. मेषेचा राशीस्वामी मंगळ हा एप्रिलसाठी दिला आहे. मे महिन्यात रवि वृषभेत, म्हणून मे महिन्यासाठी वृषभेचा राशीस्वामी शुक्र दिला आहे. जून महिना— रवि मिथुनेत, मिथुनेचा राशीस्वामी बुध हा जून महिन्यासाठी. जुलै महिना— रवि कर्केत, कर्केचा राशीस्वामी चंद्र हा जुलै महिन्यासाठी. ऑगस्ट महिन्यात रवि सिंहेत जातो, म्हणून सिंह राशीचा स्वामी रवि हा ऑगस्ट महिन्यासाठी. सप्टेंबरमध्ये रवि हा कन्येत जातो, म्हणून सप्टेंबर महिना कन्येचा राशीस्वामी 'बुध' ग्रहाच्या आधिपत्याखाली येतो. ऑक्टोबरमध्ये रवि जातो तूळ राशीत. तूळ राशीचा स्वामी शुक्र हा ऑक्टोबर महिन्यासाठी दिला आहे. नोव्हेंबर महिन्यात रवि वृश्चिकेत जातो. वृश्चिकेचा राशीस्वामी मंगळ हा नोव्हेंबर महिन्यासाठी दिलेला आहे. तर, डिसेंबर महिन्यात रवि धनू राशीत जातो. धनू राशीचा स्वामी गुरू हा डिसेंबर महिन्यासाठी दिला आहे.

ज्याप्रमाणे एकेका महिन्यासाठी एकेका राशीचा स्वामी ग्रह दिला आहे,

त्यानुसार त्या ग्रहावर अंमल करणारे अंकही त्या महिन्यास लागू होतील व प्रत्येक महिन्यास रवि भ्रमण करीत असलेल्या राशीचे गुणधर्मही लागू होतील. उदा.—जानेवारी महिना हा शनीच्या अमलाखाली येईल. शनीचा अंक ८ आहे आणि शनीची रास मकर आणि ८ अंक या तिन्ही गोष्टींची सांगड पाहावयास मिळेल. आता आपण प्रत्येक महिन्यात जन्मलेल्या व्यक्तीबाबत त्या महिन्याचा ग्रह, रास आणि अंक यांचा संयुक्त परिणाम काय होतो, ते क्रमाक्रमाने पाहू.

जानेवारी महिन्यात जन्मलेल्या व्यक्ती

आधीच्या प्रास्ताविकात आपण पाहिले की, जानेवारी महिन्यात रवि मकर राशीत प्रवेश करतो. त्यामुळे जानेवारी महिन्यावर शनिग्रहाचा आणि त्या अनुषंगाने येणाऱ्या ८ ह्या अंकाचा प्रभाव असतो.

जानेवारीत जन्मलेल्या व्यक्तीचा प्रमुख गुणधर्म कुठला असेल; तर अत्यंत चिकाटी, काही तरी सतत करत राहण्याची वृत्ती असते. 'सातत्य' हे त्यांच्या यशाचे गमक असते. आयुष्याच्या उत्तरार्धातदेखील ही मंडळी आपल्या कामात मग्न असतात. या व्यक्ती महत्त्वाकांक्षी असतात. उद्दिष्टासाठी धडपड करताना जर कधी अपयश आले, मनाविरुद्ध काही घडले; तर झट्कन निराश होतात. या व्यक्तीकडे सोशिकता असते, गांभीर्य असते. कुठल्याही बाबतीत विचार करताना प्रथम नकारात्मक बाजूने विचार करतात. या व्यक्तींना निर्णय घेण्यास विलंब लागतो. त्यांना मिळणारे यशही अपेक्षेपेक्षा उशिरा मिळणारे असते.

प्रकृती :

प्रकृती अत्यंत कारक असते. अंगावर आजारपण काढून काम करण्याची वृत्ती असते. शनि बिघडला असेल; तर अशा व्यक्तींच्या अंगी आळस असतो, निरुत्साह असतो. सांधेदुखी, संधिवात, गुडघेदुखी इ. व्याधी उतारवयात अधिक प्रमाणात जाणवतात.

मैत्री :

ज्यांचा जन्म ८, १७ किंवा २६ तारखेला झालेला असतो, अशा व्यक्तींशी जानेवारी महिन्यात जन्मलेल्या व्यक्तींची मैत्री होऊ शकते.

वैवाहिक साथीदार :

जानेवारी महिन्यात जन्मलेल्या व्यक्तींना जानेवारी, फेब्रुवारी, एप्रिल, जुलै व सप्टेंबर महिन्यात जन्मलेल्या व्यक्तींविषयी आकर्षण असते आणि म्हणून सदर महिन्यात जन्मलेल्या व्यक्तींशी विवाह केल्यास वैवाहिक जीवन सुखाचे जाते.

जानेवारीत जन्मलेल्या व्यक्ती साथीदाराला तळहातावरील फोडासारख्या जपतात. साथीदाराला सुख मिळत राहावे, यासाठी या व्यक्ती अतोनात कष्ट करतात. साथीदाराच्या सुखासाठी तहान-भूक विसरून जातात. जानेवारीत जन्मलेल्या व्यक्तींना साथीदाराचा विरह जरादेखील सहन होत नाही. या व्यक्ती अत्यंत सहवासप्रिय असतात. संसारातील प्रत्येक बारीक अन् बारीक गोष्टीत या व्यक्ती समरस झालेल्या असतात. वैवाहिक जीवनात या व्यक्तींना सतत वेगवेगळ्या अडचणींना तोंड द्यावे लागते आणि त्यामुळे मानसिक, शारीरिक स्वास्थ्य फारच क्वचित मिळते.

शुभ दिवस :

जानेवारीत जन्मलेल्या व्यक्तींना ३, ५ आणि ६ हे अंक लाभदायक असल्याने त्यांना गुरुवार, बुधवार आणि शुक्रवार हे दिवस चांगले जातात. शनिवार हा सर्वांत जास्त फलदायी ठरणारा असतो.

शुभ रंग :

काळा, निळा, जांभळा— तसेच कुठल्याही रंगात काळ्या रंगाची छटा अधिक असेल, तर असे रंग जानेवारीत जन्मलेल्या व्यक्तींना लाभदायक ठरतात.

शुभ रत्न :

इंद्रनील अथवा मोती ही रत्ने शुभदायी ठरतात.

फेब्रुवारी महिन्यात जन्मलेल्या व्यक्ती

फेब्रुवारी महिन्यात रवि ग्रह हा कुंभ राशीत प्रवेश करतो. त्यामुळे फेब्रुवारी महिन्यावर कुंभ राशीचा स्वामी शनि याचाच प्रभाव असतो व शनि हा ८ ह्या अंकाच्या आधिपत्याखाली येतो. फेब्रुवारीमध्ये जन्मलेल्या व्यक्तींमध्ये कुंभ राशीचे विशेष गुणधर्म प्रकर्षाने आढळतात. या महिन्यात जन्मलेल्या

व्यक्ती अत्यंत बुद्धिमान असतात. कुठल्याही विषयात सखोल चिंतन-मनन करण्याची वृत्ती असते. 'दूरदृष्टी' हा त्यांचा गुण वाखाणण्यासारखा असतो. तीव्र आकलनशक्ती असते. कुठल्याही गोष्टींचे उत्कृष्ट बौद्धिक पृथक्करण ही मंडळी चांगल्या पद्धतीने करतात. निरपेक्षता, नि:स्वार्थपणा, परस्परसहकार्यवृत्ती, त्यागीपणा, ज्ञानी, परिपक्वता यांसारख्या गुणांनी ही मंडळी अनेकांना जिंकून घेतात. ही माणसे अत्यंत बडबडी असतात. त्यामुळे ही माणसे बऱ्याचदा मोठमोठी मनोरथे रचताना दिसतात. शनी बिघडला असल्यास या व्यक्ती जेवढे बोलतात, त्यामानाने कृतीत फारच कमी आणतात.

प्रकृती :

प्रकृती वातप्रकृतीची असते. पोटऱ्या दुखतात. विशेषत: उतारवयात चालताना अधिक त्रास होतो.

मैत्री :

ज्यांचा जन्म ८, १७ किंवा २६ तारखांना झालेला असतो, अशा व्यक्तींशी फेब्रुवारीत जन्मलेल्या व्यक्तींची मैत्री होऊ शकते.

वैवाहिक साथीदार :

फेब्रुवारीत जन्मलेल्या व्यक्तींना फेब्रुवारी, मे, ऑगस्ट आणि नोव्हेंबर महिन्यात जन्मलेल्या व्यक्तींविषयी अधिक आकर्षण असते. त्यामुळे सदर महिन्यात जन्मलेल्या व्यक्तीशी विवाह केल्यास वैवाहिक जीवन सुखाचे जाते. फेब्रुवारीत जन्मलेल्या व्यक्ती वैवाहिक जीवनात साथीदाराशी अत्यंत समरस होतात. साथीदाराशी सतत सुसंवाद साधायला आवडतो. या व्यक्तींची बौद्धिक भूकही मोठी असते आणि साथीदार जर तोलामोलाचा मिळाला नाही, तर ही मंडळी भिन्न लिंगी तोलामोलाच्या व्यक्तीकडे आकृष्ट होतात. वैवाहिक जीवनात साथीदाराला समजून घेण्याचीही वृत्ती असते. या व्यक्ती भावनेच्या आहारी जाणाऱ्या असतात, कामुकता अधिक तीव्र असते. स्वभावात अत्यंत लाघवीपणा, प्रेम लावून घेण्याची वृत्ती असते.

शुभ दिवस :

फेब्रुवारी महिन्यात जन्मलेल्या व्यक्तींना सर्वांत जास्त शुभ दिवस शुक्रवार

असतो; तर गुरुवार, शनिवार, रविवार हे दिवस चांगले जातात.

शुभ रंग :

जांभळा व करडा रंग शुभ आहेत आणि अन्य रंगांमध्ये निळ्या अथवा काळ्या रंगाच्या छटा फलदायी ठरतात.

शुभ रत्न :

हिरा आणि पुष्कराज ही शुभ रत्ने फलदायी ठरतात.

मार्च महिन्यात जन्मलेल्या व्यक्ती

मार्च महिन्यात रवि ग्रह मीन राशीत प्रवेश करतो. त्यामुळे मार्च महिन्यावर मीन रवीचा प्रभाव असतो. मीनेचा राशीस्वामी 'गुरू' ग्रहाची वैशिष्ट्ये मार्च महिन्यात जन्मलेल्या व्यक्तीमध्ये आढळतात. गुरू हा ग्रह ३ ह्या अंकाच्या आधिपत्याखाली येतो.

मार्च महिन्यात जन्मलेल्या व्यक्तींचे खास स्वभाववैशिष्ट्य सांगायचे झाल्यास या व्यक्ती अत्यंत लीन, नम्र, मायाळू असतात. या व्यक्ती ध्येयवादी असतात.

निर्णयामध्ये धीमेपणा असतो, तडजोडीची वृत्ती असते. असलेल्या परिस्थितीत समाधान मानायची वृत्ती असते. या व्यक्तींना एक प्रकारची अंत:स्फूर्ती असते. आत्मज्ञानी असतात. गुरू बिघडला असल्यास या व्यक्तींमध्ये गर्विष्ठपणाही आढळतो. त्या संभ्रमात पडतात. प्रेमळ वृत्तीचा अतिरेकही होतो व या वृत्तीचा स्वार्थी प्रवृत्तीच्या मंडळींकडून गैरफायदाही घेतला जातो.

स्वरूप व प्रकृती :

या व्यक्तींचा चेहरा सात्त्विक असतो. गौरवर्णाची छटा आढळते. पायाचे आजार संभवतात.

मैत्री :

ज्यांचा जन्म ३, १२, २१ आणि ३० तारखेला झाला आहे; अशा व्यक्तींशी मार्च महिन्यात जन्मलेल्या व्यक्तींची चांगली मैत्री होऊ शकते.

वैवाहिक साथीदार :

या व्यक्ती आपले वैवाहिक जीवन अत्यंत समरसतेने उपभोगतात. साथीदाराला समजून घेण्याची भावना असते. त्यांना कुठल्याही बाबतीत घाई आवडत नाही. एक प्रकारचा काहीसा मानीपणाही असतो. मुलांमध्ये ही मंडळी सातत्याने समरस झालेली असतात. मार्च, जून, सप्टेंबर आणि डिसेंबरमध्ये जन्मलेल्या व्यक्तीविषयी त्यांना आकर्षण असते.

शुभ दिवस :

मार्च महिन्यात जन्मलेल्या व्यक्तींना गुरुवार अधिक शुभ असतो. रविवार, सोमवार आणि मंगळवार हे दिवस चांगले जातात.

शुभ रंग :

पिवळा आणि जांभळा हे रंग अधिक शुभ असतात. अध्यात्म, धार्मिक क्षेत्रातील या व्यक्तींमध्ये पांढरा, केशरी, भगव्या रंगाचा वापर अधिक आढळतो.

शुभ रत्न :

पुष्कराज आणि इंद्रनील ही शुभ रत्ने मार्चमध्ये जन्मलेल्या व्यक्तींना विशेष फलदायी ठरतात.

एप्रिल महिन्यात जन्मलेल्या व्यक्ती

एप्रिल महिन्यात रवि ग्रहाचे भ्रमण मेष राशीत असते, त्यामुळे एप्रिल महिन्यावर मेष रवीचा प्रभाव असतो. एप्रिल महिन्यात जन्मलेल्या व्यक्तींमध्ये मंगळ ह्या ग्रहाची गुणवैशिष्ट्ये आढळतात. मंगळ हा ग्रह ९ ह्या अंकाच्या आधिपत्याखाली येतो. या व्यक्तींमध्ये अग्नितत्त्वाचे गुणधर्म आढळतात. ही माणसे रजोगुणी असतात. अत्यंत महत्त्वाकांक्षी वृत्ती असते आणि दुसऱ्यावर वर्चस्व गाजवत असतात. त्यांचा पिंड नेतृत्वाचा असतो. कुठल्याही वादग्रस्त विषयात ही मंडळी तडजोड करण्याच्या मन:स्थितीत नसतात. या व्यक्तींमध्ये विरोध मोडून काढण्याची, प्रतिकूलतेवर मात करण्याची क्षमता असते. या व्यक्तींमध्ये प्रबळ इच्छाशक्ती असते. उत्साह, साहस, धाडस असते. अत्यंत तामसी असतात. मानी असतात. त्यांच्यात एक प्रकारचा अहंपणाही असतो.

उतावीळपणा असतो, चंचलता असते. हाती घेतलेले काम पूर्ण करण्याची चिकाटीही त्यांच्यात असते.

प्रकृती :

उष्ण प्रकृती असते. मुख्यत्वे पित्ताचा त्रास त्यांना होतो. रक्तदाबाचा विकार संभवतो. डोकेदुखी, मेंदूचे विकार, चक्कर येणे यांसारखे त्रास उद्‌भवतात.

मैत्री :

ज्या व्यक्तींचा जन्म ९, १८, २७ तारखांना झाला आहे, अशा व्यक्तींशी एप्रिल महिन्यात जन्मलेल्या व्यक्तींची चांगली मैत्री जमू शकते. या व्यक्तींचा मित्रांमध्येही दबदबा असतो.

वैवाहिक जीवन :

एप्रिल, जुलै, ऑक्टोबर व जानेवारी महिन्यात जन्मलेल्या व्यक्तींविषयी या व्यक्तींना आकर्षण अधिक असते आणि असा साथीदार निवडल्यास त्यांच्या वैवाहिक जीवनात त्यांना सुख-चैतन्य लाभू शकते. ह्या व्यक्ती अत्यंत कामुक असल्याने साथीदार सतत बरोबर असावा, डोळ्यांसमोर दिसावा, अशी त्यांची अपेक्षा असते. वैवाहिक जीवनात त्यांना विरोध सहन होत नाही. हट्टीपणा असतो. साथीदारही तामसी वृत्तीचा असेल, तर प्रकरण विकोपाला जाण्याची शक्यता नाकारता येत नाही. या मंडळींच्या शृंगारात उतावीळपणाही असतो. भिन्न लिंगी व्यक्तींवर फार झट्‌कन मोहित होतात. कुठल्याही गोष्टीत मनस्वी आनंद घेण्याची वृत्ती असेल. साथीदाराबरोबर सुखाचा आनंद घेताना खर्चासाठी मागे-पुढे पाहत नाहीत.

शुभ दिवस :

रविवार, शुक्रवार आणि गुरुवार हे दिवस त्यांना अत्यंत चांगले जातात. तर मंगळवार हा दिवस अत्यंत फलदायी जातो.

शुभ रंग :

लाल, लाल रंगावर काळपट छटा, गुलाबी हे रंग फलदायी ठरतात. अत्यंत महत्त्वाच्या प्रसंगी लाल रंगाचे कपडे घातले असता, इच्छाशक्ती अधिक

प्रबळ झाल्याचे आणि यश आवाक्यामध्ये आल्याचा आत्मविश्वास एप्रिल महिन्यात जन्मलेल्या व्यक्तींना प्रत्ययास येतो.

शुभ रत्ने :

पोवळे अधिक फलदायी ठरणारे. मोती रत्न अनुकूल ठरते.

मे महिन्यात जन्मलेल्या व्यक्ती

मे महिन्यात रवि ग्रह वृषभेतून भ्रमण करीत असतो. मे महिन्यावर वृषभ रवीचा प्रभाव असतो. वृषभ राशीचा स्वामी शुक्र— याची स्वभाववैशिष्ट्ये या महिन्यात जन्मलेल्या व्यक्तींमध्ये आढळतात. शुक्र हा ग्रह ६ ह्या अंकाच्या आधिपत्याखाली येतो. अर्थतत्त्वाचे गुणधर्म ह्या व्यक्तींमध्ये आढळतात. या व्यक्तींच्या हृदयात प्रेम आणि सौंदर्याकर्षणाचे सदैव वास्तव्य असते. या व्यक्ती उपभोगवादी असतात. ही माणसे व्यवहारी असतात. उद्योगप्रिय असतात. त्यांचा भौतिक सुखाकडे अधिक कल असतो. त्यांच्यात कलाप्रियता असते, व्यासंगी मनोवृत्ती असते. रंगसंगतीची अचूक जाण असते. व्यक्तिमत्त्वात रसरशीतपणा, उत्साह भिनलेला असतो. विलासी वृत्ती असते. या व्यक्ती विश्रांतिप्रिय असतात. 'खाओ, पिओ, मजा करो' असा त्यांचा रंग-ढंग असतो. लक्षवेधी वृत्ती असते. हव्यासीपणा असतो.

प्रकृती :

मे महिन्यात जन्मलेल्या व्यक्ती कफ प्रवृत्तीच्या असतात. डोळ्यांचे विकार, घशाचे विकार, टॉन्सिल्स, घटसर्प, जिभेचा त्रास, तोंड येणे इ. प्रकृतिसंदर्भात त्रास दर्शवतो.

मित्र :

६, १५ आणि २४ तारखांना जन्मलेल्या व्यक्तींशी या व्यक्तींची चांगली मैत्री जमू शकते.

वैवाहिक जीवन :

ज्या व्यक्तींचा जन्म मे, ऑगस्ट, नोव्हेंबर आणि फेब्रुवारी महिन्यात झालेला असतो; अशा व्यक्तींविषयी मे महिन्यात जन्मलेल्या व्यक्तींना विशेष

आकर्षण वाटत असते. म्हणून अशा व्यक्तींशी विवाह झाल्यास विवाहसौख्य चांगले लाभते. वैवाहिक जीवनात ह्या व्यक्ती घर, संपत्ती, वाहन, प्रवास सर्वांगाने सुख उपभोगण्यासाठी प्रयत्नशील असतात. मे महिन्यात जन्मलेल्या पुरुष व्यक्ती पत्नीचे दाग-दागिने, साड्या इ. खरेदीविषयक सर्व काही हौस भागवतात. एवढेच नाही, तर स्वत: त्यात विशेष रस दाखवतात. तर, स्त्रिया पतीची खाद्यपदार्थांची यथेच्छ हौस भागवतात. आवडी-निवडी ओळखून त्यानुसार खास पदार्थ करून पतीला तृप्त करतात. मे महिन्यात जन्मलेल्या व्यक्तीला सौंदर्याची जाण असलेला, कलाप्रिय आणि उत्साही साथीदार अपेक्षित असतो, हसतमुख साथीदार अपेक्षित असतो. आणि त्यात जर कुठे कमतरता भासली, तर वैवाहिक सुखात बाधा येते.

शुभ दिवस :

मंगळवार, बुधवार आणि शनिवार या व्यक्तींना चांगले जातात; तर शुक्रवार हा त्यांना सर्वांत चांगला दिवस जातो.

शुभ रंग :

निळसर आणि तांबूस रंग फलदायी ठरतात.

शुभ रत्ने :

हिरा, मोती आणि पाचू ही रत्ने लाभदायक असतात.

जून महिन्यात जन्मलेली व्यक्ती

जून महिन्यात रवि ग्रह हा मिथुन राशीत प्रवेश करतो. त्यामुळे मिथुन रवीचा प्रभाव हा जून महिन्यावर असतो. मिथुन राशीचा स्वामी बुध याची स्वभाववैशिष्ट्ये जून महिन्यात जन्मलेल्या व्यक्तींमध्ये आढळतात. बुध हा ग्रह ५ ह्या अंकाच्या आधिपत्याखाली येतो.

या व्यक्ती अत्यंत बुद्धिमान असतात. त्यांच्या व्यक्तिमत्त्वातून सर्वत्र बौद्धिक प्रभाव पडत असतो. त्यांना वक्तृत्वाची आवड असते. त्यांना जनसंपर्क सतत हवा असतो. या व्यक्ती समूहप्रिय असतात. अत्यंत बडबड्या असतात. त्यांच्याकडे उत्तम आकलनशक्ती आणि तेवढीच समर्थनशैलीदेखील असते. विनोदाची जाण असते. कोट्या करणे, हास्यविनाद करणे हा त्यांचा गुणधर्म

असतो. व्यासंगी मनोवृत्ती असते. उत्कृष्ट स्मरणशक्ती, समयसूचकता, लेखनकला इ. गुणही त्यांच्यात आढळतात. चंचलता, पाल्हाळ लावून बोलणे, काहीसा दिखाऊपणा, पोरकटपणा, गांभीर्याचा अभाव इत्यादी त्रुटीदेखील या व्यक्तींच्या स्वभावात आढळतात.

प्रकृती :

ही माणसे हसऱ्या चेहऱ्याची असतात. वात प्रकृती असते. श्वासनलिका, फुफ्फुस, हाताची हाडे, छाती, सांधे इ. संदर्भातील आजार या व्यक्तींना संभावतात.

मैत्री :

ज्या व्यक्तींचा जन्म ५, १४, २३ तारखांना होतो; अशा व्यक्तींशी जून महिन्यात जन्मलेल्या व्यक्तींची चांगली मैत्री होऊ शकते.

वैवाहिक जीवन :

ज्या व्यक्तींचा जन्म जून, सप्टेंबर, डिसेंबर आणि मार्च महिन्यात झाला आहे, अशा व्यक्तींविषयी जून महिन्यात जन्मलेल्या व्यक्तींना विशेष आकर्षण वाटत असते. म्हणून असा साथीदार लाभल्यास त्यांचे वैवाहिक जीवन सुखाचे जाऊ शकते. जून महिन्यात जन्मलेली व्यक्ती अत्यंत बोलकी आणि व्यवहारी असते. त्यामुळे वैवाहिक जीवनात ह्या व्यक्ती स्वतःच्या कुटुंबाशी, अनेक व्यक्तींशी नाते जोडण्यात यशस्वी होतात. ह्या व्यक्ती साथीदाराबरोबर घरात फारशा रमत नाहीत. त्यांना साथीदाराबरोबर सतत फिरायला, प्रवास करायला आवडते. या व्यक्ती साथीदाराला सतत काही ना काही सांगत राहतात. जून महिन्यात जन्मलेल्या स्त्रिया ह्यांचा कामापेक्षा गप्पा मारणे, बोलणे, किस्से सांगणे, वाचत राहणे याकडे अधिक कल असतो. त्यामुळे त्यांची घरातली कामे पूर्ण करताना धांदल उडते. काही पाककलेची पुस्तके अगदी आवडीने वाचणार; परंतु त्यातील पदार्थ करायलाच त्यांना फुरसत मिळत नाही, असे प्रत्ययास येते. परंतु तरीदेखील त्यांची वृत्ती समाधानी, हसतमुख असल्याने पतीला कौशल्याने खूष ठेवतात. पुरुष व्यक्तीदेखील वाटेत कुणी भेटले की, बोलायला सुरुवात केल्यावर भान राहत नाही; मग घरी बायको वाट पाहत असेल त्याची शुद्ध राहत नाही आणि मग त्यावरच किरकोळ कुरबुरी चालतात.

शुभ दिवस :

शुक्रवार, शनिवार, रविवार हे दिवस चांगले जातात. बुधवार हा दिवस सर्वांत जास्त लाभदायक ठरणारा असतो.

शुभ रंग :

हिरवा, निळसर आणि तांबूस रंग लाभदायक.

शुभ रत्ने :

पाचू आणि इंद्रनील ही रस्ते लाभदायक ठरतात.

जुलै महिन्यात जन्मलेल्या व्यक्ती

जुलै महिन्यात रवि ग्रहाचे भ्रमण कर्क राशीत असल्याने या महिन्यावर कर्क रवीचा प्रभाव असतो. या महिन्यात जन्मलेल्या व्यक्तींमध्ये कर्क राशीचा स्वामी चंद्र ग्रहाची स्वभाववैशिष्ट्ये आढळतात. चंद्र हा ग्रह २ ह्या अंकाच्या आधिपत्याखाली येतो. या व्यक्ती स्वभावाने अत्यंत मृदुल असतात. कठोरपणाही हळुवारपणे अनुभवत असतात. त्यांच्यात सोशिकता असते. कौटुंबिक जिव्हाळा असतो. व्यवहारचातुर्य, दूरदृष्टी, धूर्तपणा, राजकारणी, अधिकारपणा, निश्चयीपणा, चिकाटी हे सर्व गुण या व्यक्तींमध्ये असतात. त्यांच्यात चंचलता असते. अतिहळवेपणा असतो. आतल्या आत कुढतही असतात. पौर्णिमेजवळ जन्म झालेल्या जुलैतील व्यक्ती ह्या आपल्या कुशाग्र बुद्धिमत्तेचा व्यक्तिमत्त्वातून सर्वांवर विशेष प्रभाव टाकीत असतात. कला-अभिनयक्षेत्रात रसिकांची मने निर्विवादपणे जिंकतात. अमावास्येजवळ जन्मलेल्या व्यक्तींना यशासाठी संघर्ष करावा लागतो. चंद्र बिघडलेल्या व्यक्ती असमाधानी, आत्मकेंद्रित प्रवृत्तीच्या आढळतात.

प्रकृती :

या व्यक्ती कफ प्रकृतीच्या असतात. हृदय, छाती, स्तनविषयक त्रास संभवतो.

मैत्री :

ज्यांचा जन्म २, ११, २० आणि १९ तारखांना झाला आहे; अशा व्यक्तींशी जुलै महिन्यात जन्मलेल्या व्यक्तींची चांगली मैत्री होऊ शकते.

वैवाहिक साथीदार :

या व्यक्तींना जुलै, ऑक्टोबर, जानेवारी आणि एप्रिल महिन्यात जन्मलेल्या व्यक्तीविषयी अधिक आकर्षण असते. सदर महिन्यातील साथीदार त्यांना मिळाल्यास त्यांचे वैवाहिक जीवन सुखसमृद्धीचे आणि भरभराटीचे जाते. जुलै महिन्यात जन्मलेल्या व्यक्ती अत्यंत संवेदनशील असतात. त्यामुळे साथीदारात जर समजूतदारपणा नसेल, तर ह्या व्यक्तींमधील उदासीनता वाढत जाते. ह्या व्यक्ती मानी पण असतात. त्यामुळे साथीदारामध्येदेखील बारीक-सारीक गोष्टींची दखल घेण्याची वृत्ती असावी लागते. या व्यक्ती विषयासक्त असतात. आणि त्यास भावुकता साथ देत असल्याने त्यांना वैवाहिक जीवनात साथीदाराबरोबर प्रदीर्घ एकांतातील सहवास हवा असतो. ही मंडळी अत्यंत कुटुंबवत्सल असतात. त्यामुळे घरामध्ये, कुटुंबातील व्यक्तींच्या सहवासातदेखील त्यांना रममाण व्हायला आवडते.

शुभ दिवस :

रविवार, बुधवार आणि गुरुवार हे शुभ वार असून त्यांना सोमवार हा सर्वांत चांगला दिवस असतो.

शुभ रंग :

पांढरा, पिवळा, हिरवा हे रंग फलदायी ठरतात.

शुभ रत्ने :

पुष्कर, हिरा आणि मोती ही रत्ने लाभदायक ठरतात.

ऑगस्टमध्ये जन्मलेल्या व्यक्ती

ऑगस्ट महिन्यात रवि ग्रहाचे भ्रमण सिंह राशीतून होत असते. सिंह रवीचा प्रभाव ह्या महिन्यावर असतो. रवि ग्रहाची गुणवैशिष्ट्ये ऑगस्ट महिन्यात जन्मलेल्या व्यक्तींमध्ये आढळतात. रविग्रह हा १ ह्या अंकाच्या आधिपत्याखाली येतो. या व्यक्ती अत्यंत मनमोकळ्या, दिलदार असतात. त्यागी आणि परोपकारी प्रवृत्तीच्या असतात. ध्येयवादी, आशावादी असतात. दुसऱ्याला आपल्या व्यक्तिमत्त्वातून आकर्षित करून घेण्याची त्यांची वृत्ती असते. वर्चस्व गाजवण्याची वृत्ती असते. या व्यक्ती समूहप्रिय असतात. त्यांच्या शब्दाला समाजात वजन असते. या व्यक्ती घरात फारशा रमत नाहीत. चंचलता असते. निर्णय-तत्परता

असते. महत्त्वाकांक्षी असतात. चपळ असतात. त्यांच्यात प्रबळ आत्मविश्वास असतो. भव्य-दिव्य स्वप्ने ही माणसे रंगवत असतात. या व्यक्ती तामसी असतात. विरोध सहन होत नाही. अत्यंत स्पष्ट आणि परखडपणे बोलतात. या व्यक्ती सत्यप्रिय असतात. त्यांच्या मनमोकळ्या आणि दिलदार वृत्तीचा स्वार्थी व्यक्ती गैरफायदा घेतात. या व्यक्तींचा रवी बिघडला असल्यास या व्यक्तींमध्ये अहंपणा, ढोंगीपणा आढळतो.

प्रकृती :

अत्यंत उष्ण प्रकृती असते. पाठदुखी, हृदयविकार, पित्तविकार इ. त्रास संभवतो.

मैत्री :

ज्या व्यक्तींचा जन्म १, १०, १९ आणि २८ तारखांना झाला आहे, अशा व्यक्तींशी या व्यक्तींची चांगली मैत्री होऊ शकते. या व्यक्तींचा मित्रपरिवार हा अत्यंत व्यापक स्वरूपाचा असतो. बहुक्षेत्रीय असतो.

वैवाहिक जीवन :

ज्या व्यक्तींचा जन्म ऑगस्ट, नोव्हेंबर, फेब्रुवारी आणि मे महिन्यात झाला आहे, अशा व्यक्तींविषयी ऑगस्ट महिन्यात जन्मलेल्या व्यक्तींना विशेष आकर्षण वाटत असते. म्हणून असा साथीदार मिळाल्यास त्यांचे वैवाहिक जीवन अत्यंत आनंददायी ठरू शकते. या व्यक्तींची वृत्ती अत्यंत दिलदार, मनमोकळी असते. भिन्न लिंगी व्यक्तींवर या व्यक्ती फार झट्कन मोहित होतात, परंतु साथीदारावर वर्चस्व गाजवतात. या व्यक्ती अत्यंत उष्ण प्रकृतीच्या असल्याने साथीदाराकडून उत्साह आणि तीव्र कामुकतेची त्यांना सतत अपेक्षा असते. त्यागी व दिलदारपणाच्या वृत्तीने या व्यक्ती साथीदार आणि मुलांच्या उत्कर्षासाठी झटत असतात.

शुभ दिवस :

सोमवार, मंगळवार आणि गुरुवार हे दिवस लाभदायक; तर सर्वांत अधिक शुभ दिवस रविवार असतो.

शुभ रंग :

सोनेरी, पिवळा, नारिंगी हे रंग फलदायी ठरतात.

शुभ रत्न :

माणिक, मोती, पुष्कराज आणि अंबर ही रत्ने शुभदायी ठरतात.

सप्टेंबर महिन्यात जन्मलेल्या व्यक्ती

सप्टेंबर महिन्यात रविग्रहाचे भ्रमण कन्या राशीतून असते. त्यामुळे या महिन्यावर कन्या रवीचा प्रभाव असतो. कन्या राशीचा अधिपती 'बुध' या ग्रहाची गुणवैशिष्ट्ये सप्टेंबर महिन्यात जन्मलेल्या व्यक्तींमध्ये आढळतात. बुध हा ग्रह ५ ह्या अंकाच्या आधिपत्याखाली येतो. या व्यक्तींमध्ये अत्यंत कौटुंबिक जिव्हाळा असतो. या व्यक्ती घरी येणाऱ्या-जाणाऱ्याचे आदरातिथ्य फार चांगल्या पद्धतीने करतात. या व्यक्तींमध्ये बुद्धिचातुर्य अफाट असते. आपल्या बोलण्यातून दुसऱ्याचे मन जिंकून घेतात. स्मरणशक्ती चांगली असते. निरीक्षणबुद्धी असते. त्यांना हास्यविनोद करायला आवडतात. मनमुराद गप्पा मारायला आवडतात. त्यांच्यात दुसऱ्याकडून माहिती काढून घेण्याचा धूर्तपणा असतो. स्वभावात अत्यंत प्रेमळपणा, लाघवीपणा असतो. बुध बिघडला असल्यास या व्यक्तींबाबत गैरसमज उद्भवतात, बोलण्यातून अर्थाचा अनर्थ होतो, निर्णयक्षमतेवर मर्यादा येतात.

प्रकृती :

वात प्रकृती असते. पोटाचे विकार संभवतात. कॉलरा, आव, लहान-मोठे आतडे, पचनेंद्रिये या संदर्भात प्रकृतीला त्रास संभावतो.

मैत्री :

ज्या व्यक्तींचा जन्म ५, १४ आणि २३ तारखांना झाला आहे, अशा व्यक्तींशी या व्यक्तींची चांगली मैत्री होऊ शकते.

वैवाहिक जीवन :

ज्या व्यक्तींचा जन्म सप्टेंबर, डिसेंबर, मार्च आणि जून महिन्यात झाला आहे; अशा व्यक्तींकडे सप्टेंबर महिन्यात जन्मलेल्या व्यक्तींचे विशेष आकर्षण असते. म्हणून असा साथीदार मिळाल्यास या व्यक्तींचे वैवाहिक जीवन अत्यंत

सुखाचे जाऊ शकते. या व्यक्तींना अत्यंत मनमोकळेपणाने बोलणारा, हास्यविनोद करणारा आणि समाधानी वृत्तीचा साथीदार अपेक्षित असतो. या व्यक्तींची साथीदाराशी तडजोडीची भूमिका असते. घरातील मुलाबाळांसह साथीदाराबरोबरचा सहवास त्यांना हवा असतो. बुध जर बिघडला असेल, तर अशा व्यक्ती साथीदाराशी संशयाने वागतात आणि त्यातून त्यांच्या वैवाहिक जीवनात काहीशी धूसरता येते. साथीदार जर कलाप्रिय, व्यासंगी, उत्साही, सोशिक असेल; तर अशा व्यक्तींच्या वैवाहिक जीवनात दुधात साखरच पडते.

शुभ दिवस :

बुधवार, शुक्रवार आणि शनिवार हे शुभ वार; तर बुधवार हा सर्वांत जास्त फलदायी ठरणारा असतो.

शुभ रंग :

हिरवा, पांढरा रंग फलदायी.

शुभ रत्न :

पाचू, माणिक, मोती, हिरा, इंद्रनील ही रत्ने शुभदायी ठरतात.

ऑक्टोबर महिन्यात जन्मलेल्या व्यक्ती

ऑक्टोबर महिन्यात रवि ग्रह हा तूळ राशीतून भ्रमण करत असतो. तूळ रवीचा ऑक्टोबर महिन्यावर प्रभाव असतो. तूळ राशीचा स्वामी 'शुक्र' ह्या ग्रहाची स्वभाववैशिष्ट्ये ऑक्टोबर महिन्यात जन्मलेल्या व्यक्तींमध्ये आढळतात. शुक्र हा ग्रह '६' ह्या अंकाच्या आधिपत्याखाली असतो. या व्यक्ती सौंदर्यप्रिय असतात. प्रेमळ, लाघवी असतात. रसिकता असते. टापटीप, व्यवस्थितपणा त्यांच्यात असतो. उच्च अभिरुची असते. कुठलीही गोष्ट चोखंदळपणे न्याहाळतात. विलासप्रियता असते. उपभोगवृत्ती असते. भौतिक सुखाकडे कल असतो. ही मंडळी फार कष्ट करू शकत नाहीत म्हणण्यापेक्षा, कष्ट करण्याची प्रवृत्तीच नसते. सत्यप्रिय असतात. आतून अत्यंत हळव्या असतात. त्यांना एकांत आवडतो. स्वप्नरंजन असते. व्यक्तिमत्त्व आकर्षक ठेवण्याकडे कल असतो.

प्रकृती :

या व्यक्तींची शारीरिक ठेवण मोहक असते, लक्षवेधी असते. डोळे, भुवया, केस यांत आकर्षकता असते. कफ प्रकृती असते. मूत्रपिंड, मूत्राशयाचे विकार उद्भवतात.

मैत्री :

ज्या व्यक्तींचा जन्म ६, १५ आणि २४ तारखांना झाला आहे, अशा व्यक्तींशी ऑक्टोबर महिन्यात जन्मलेल्या व्यक्तींची चांगली मैत्री होऊ शकते.

वैवाहिक जीवन :

यांना ऑक्टोबर, जानेवारी, एप्रिल आणि जुलै महिन्यात जन्मलेल्या व्यक्तींचे निसर्गत:च आकर्षण असते. त्यामुळे सदर महिन्यातील जन्मलेला साथीदार मिळाला, तर त्यांचे वैवाहिक जीवन अत्यंत आनंददायी ठरते. या व्यक्तींचे प्रेम आणि सौंदर्याकर्षण हे मूलभूत गुणधर्म असल्याने या व्यक्ती भिन्न लिंगी व्यक्तींवर झट्कन मोहित होतात. त्यामुळे प्रेम, सहवास, शृंगार याचे विवाहात रूपांतर झाल्याचेही प्रत्ययास येते. या व्यक्तींचा मंगळ प्रभावी असेल, तर अशा व्यक्तींना भिन्न लिंगी व्यक्तीपासून सुखद अनुभव प्रत्ययास येतात. भिन्न लिंगी व्यक्ती जीवनाला तरल कलाटणी देण्यास कारणीभूत ठरतात. दाग-दागिने, प्रवास, मनोरंजन, चवीचे पदार्थ खाणे, कपडे, छानछोकीपणा, कलाप्रियता इ. गोष्टींची आवड असलेला साथीदार मिळाला; तरच या व्यक्ती वैवाहिक जीवनात समरस होऊ शकतात. ज्यांचा शुक्र बिघडला आहे, अशा व्यक्ती अन्यत्र गुंतण्याचा प्रयत्न करताना आढळतात.

शुभ दिवस :

सोमवार, मंगळवार आणि शनिवार हे शुभ दिवस. शुक्रवार सर्वांत जास्त चांगली फळे देतो.

शुभ रंग :

हिरवा रंग अत्यंत शुभ. गुलाबी आणि निळसर छटा फलदायी ठरतात.

शुभ रत्ने :

हिरा आणि मोती ही रत्ने विशेष फलदायी ठरतात.

नोव्हेंबर महिन्यातील व्यक्ती

नोव्हेंबर महिन्यात रविग्रह वृश्चिक राशीतून भ्रमण करणारा असतो. वृश्चिकेचा राशीस्वामी मंगळ याचा प्रभाव नोव्हेंबर महिन्यावर असतो. 'मंगळ' ग्रहाची स्वभाववैशिष्ट्ये नोव्हेंबर महिन्यात जन्मलेल्या व्यक्तींमध्ये आढळतात. 'मंगळ' हा ग्रह ९ ह्या अंकाच्या आधिपत्याखाली येतो. या व्यक्ती अत्यंत आक्रमक असतात. व्यक्तिमत्त्वामध्ये तडफदारपणा असतो. त्यांना विरोध सहन होत नाही. दुसऱ्याचे वर्चस्व मान्य होत नाही. खुनशी वृत्ती असते. तीव्र विषयासक्त असतात. हट्टीपणा असतो. वेळ साधून दुसऱ्याची चूक निदर्शनास आणून देतात. संघर्षप्रिय असतात. व्यवहारचतुर, धूर्त आणि आतल्या गाठीचे असतात. धरसोडवृत्ती आढळते. मानीपणा असतो. अहंभावही असतो. कर्तबगार, अधिकारपणा, सामर्थ्यशीलता, संशोधनप्रियता, भोगीपणा इ. विशेष गुण आढळतात. रवि, गुरू ग्रह बलवान असल्यास या व्यक्ती राजकीय क्षेत्र गाजवतात. शुक्र बलवान असल्यास कलेत उच्च शिखर गाठतात, तर शनि अशुभ असल्यास धरसोड वृत्ती दर्शवते.

प्रकृती :

उष्णतेचे विकार संभवतात. पाण्यापासून धोका संभवतो. मूतखडा, गुह्यरोग इ. शारीरिक त्रास संभवतो.

मैत्री :

ज्या व्यक्तींचा जन्म ९, १८ आणि २७ तारखांना झाला आहे, अशांशी या व्यक्तींची दाट मैत्री होऊ शकते.

वैवाहिक जीवन :

ज्या व्यक्तींचा जन्म नोव्हेंबर, फेब्रुवारी, मे आणि ऑगस्ट महिन्यात झाला असेल; अशा महिन्यांतील साथीदार जर मिळाला, तर या व्यक्तींचे वैवाहिक जीवन सुखी होऊ शकते. या व्यक्ती विरोधी मत अत्यंत परखडपणे व्यक्त करतात. त्यामुळे साथीदार दुखावला जातो. साथीदाराला टोचून बोलतात.

परंतु यांचा राग लगेच शांत होतो, साथीदाराशी पुन्हा मिळते-जुळते घेतात. या मंडळींना साथीदाराकडून उत्साह, शिस्त, चपळाई अपेक्षित असते आणि स्वतःच्या तालावर साथीदाराने साथ द्यावी, ही पण अपेक्षा असते. साथीदारही जर तामसी असेल, तर वैवाहिक जीवनातील स्वास्थ्याला, सुखाला तडाच जाणे संभवते. या व्यक्तींचा शुक्र बलवान असेल, तर प्रेमविवाहाची शक्यता असते, शनी अशुभ असेल तर वैवाहिक जीवनात अनपेक्षितरीत्या प्रतिकूलता निर्माण होते.

शुभ दिवस :

रविवार, गुरुवार आणि शुक्रवार हे शुभ वार. मंगळवार सर्वांत जास्त शुभ ठरणारा असतो.

शुभ रंग :

तांबडा, शेंदरी, पांढरा रंग शुभ.

शुभ रत्ने :

पोवळे आणि मोती शुभ रत्ने. पुष्कराज रत्न मनावर संयम आणते.

डिसेंबर महिन्यात जन्मलेल्या व्यक्ती

डिसेंबर महिन्यात रवि ग्रहाचे गोचर भ्रमण हे धनू राशीतून असते. त्यामुळे डिसेंबर महिन्यावर धनू रवीचा प्रभाव आढळतो. धनू राशीचा स्वामी 'गुरू' ग्रहाची गुणवैशिष्ट्ये डिसेंबर महिन्यात जन्मलेल्या व्यक्तींमध्ये आढळतात. गुरू हा ग्रह ३ ह्या अंकाच्या आधिपत्याखाली येतो. या व्यक्तींमध्ये आक्रमकता असते, परंतु परिस्थितीनुरूप संयमितपणाही असतो. निर्णय झट्कन घेऊ शकतात, परंतु निर्णय घेताना परिस्थितीचे भानही असते. या व्यक्ती महत्त्वाकांक्षी, आदर्शवादी, प्रेमळ, न्यायी, उदार, परोपकारी असतात. नावीन्याकडे कल असतो. गुरू बिघडला असल्यास अधिकारपणाचा अवाजवी हव्यास, चंचलता, तामसीपणा, अहंपणा आढळतो.

प्रकृती :

पित्त प्रकृती असते. यकृताचे आजार संभवतात. शरीरस्थूलता झट्कन येते.

मैत्री :

ज्या व्यक्तींचा जन्म ३, १२, २१ आणि ३० तारखांना झाला आहे; अशा व्यक्तींशी त्यांची मैत्री अधिक चांगल्या रीतीने जमू शकते.

वैवाहिक जीवन :

ज्या व्यक्तींचा जन्म डिसेंबर, मार्च, जून आणि सप्टेंबर महिन्यात झाला आहे; अशा व्यक्तींकडे डिसेंबर महिन्यात जन्मलेल्या व्यक्तींचे अधिक आकर्षण असल्याने सदर महिन्यातील साथीदार लाभल्यास वैवाहिक जीवनात प्रेम-सुख मनसोक्त मिळू शकते. वैवाहिक जीवनात सामंजस्याने अनुकूलता लाभते. या व्यक्तींमध्ये दूरदृष्टी असते, प्रेमळपणा आणि दुसऱ्याला समजावून घेण्याची वृत्ती असते. कुटुंबवत्सलता असते. त्यामुळे साथीदार आणि कुटुंबातील सदस्य या सर्वांचाच उत्कर्ष घडवण्यात या व्यक्ती समरस झालेल्या असतात. समजूतदारपणाची भावना असल्याने या व्यक्ती साथीदाराच्या अंगभूत गुणांची कदर करतात. या व्यक्ती वैवाहिक जीवनात प्रामाणिक, एकनिष्ठ असतात. त्यामुळे वैवाहिक जीवनात एक प्रकारची विश्वासार्हता असते. शुक्र जर बिघडला असेल, तर या व्यक्तींचे जीवन एकांगी होऊ लागते; मग या व्यक्ती अध्यात्माकडे अधिक झुकू लागतात.

शुभ दिवस :

रविवार, सोमवार, मंगळवार हे शुभ दिवस. सर्वांत फलदायी गुरुवार असतो.

शुभ रंग :

पांढरा, पिवळा, केशरी, भगवा रंग.

शुभ रत्ने :

पुष्कराज रत्न हे सर्वांगीण स्वास्थ्य देणारे ठरते.

□□

- ६ -

जन्मतारखेविषयी

उदा.— एखाद्या व्यक्तीची जन्मतारीख १७-६-१९५८ आहे. ह्या संपूर्ण जन्मतारखेविषयी आपल्याला पुढीलप्रमाणे वर्गीकरण करता येईल.

१) जन्मतारीख :

जन्मतारीख १७ आहे, म्हणजे भाग्यांक १+७ = ८ येईल. ही व्यक्ती शनीच्या आधिपत्याखाली येईल. एकूण सर्व जीवनक्रमावर शनीचा प्रभाव राहील. शनीच्या अंगी असलेला चिकाटीचा गुणधर्म, सोशिकतेचा गुणधर्म या व्यक्तीत दर्शवतो. ८ हा भाग्यांक शनीचा असल्याने तो विलंब दर्शवतो. ह्या व्यक्तींना निर्णय घ्यायला वेळ लागतो. तसेच कुठल्याही बाबतीत मिळणारे यशाचे प्रमाण प्रयत्नाच्या मानाने कमी असते. शुभ वार शनिवार, तर शुभ रंग निळा असतो. ही माणसे कितीही क्लिष्ट कामे चिकाटीने सहजपणे हातावेगळी करू शकतात. ही माणसे न्यायप्रिय असतात. ८ भाग्यांकानुसार या व्यक्तीला वयवर्ष ८, १७, २६, ३५, ४४, ५३, ६२, ७१... याप्रमाणे कालावधी विशेष प्रगतीचा, उन्नतीचा जाईल. दर महिन्याच्या ८, १७ आणि २६ ह्या तारखा फलदायी ठरतील. त्यातही ८ ही विलंब दर्शवणारी, विलंबित कामात यश दर्शवणारी १७ ही रवि व नेपच्यून ग्रहसंबंध दर्शवणारी म्हणजे एखाद्या नियोजनातील यश दर्शवणारी आणि २६ म्हणजे चंद्र व शुक्राचा मिलाफ... ही तारीख तर दुग्ध शर्कराच योग दर्शवणारी. महत्त्वपूर्ण खरेदी, प्रवास, मनोरंजन, शृंगार, विवाहसौख्य मेजवानी, मंगलकार्य, कला-आविष्कार, मानसन्मान इ. दृष्टीने अत्यंत वैशिष्ट्यपूर्ण ठरणारी ती तारीख असेल.

२) जन्ममहिना :

जन्ममहिना जून आहे. जून महिना बुध ग्रहाच्या आधिपत्याखाली येतो. जन्ममहिना हा सामाजिक संदर्भ दर्शवतो. बहीण, भाऊ, मित्रमैत्रिणी, लहानपण, घरातील वातावरण इ. विषयक जन्ममहिना बोलतो. सदर व्यक्तीचा जन्ममहिना

बुधाच्या आधिपत्याखाली असल्याने बुधाचे सर्व गुणधर्म प्रत्ययाला येतील. बुध हा ग्रह बृहत् संपर्क दर्शवतो. बोलक्या व्यक्तीविषयी ह्या व्यक्तींचे आकर्षण दर्शवतो. साहित्यिक, वकील, व्यावसायिक, लहान मुले, पत्रकार, प्रसारमाध्यमांतील व्यक्ती इ. विविध क्षेत्रांतील व्यक्तींशी यांचे पटते.

३) संपूर्ण जन्मतारीख :

संपूर्ण जन्मतारीख आहे— १७ - ६- १९५८ म्हणजे बेरीज येईल. (१+७) + ६ + (१+९+५+८) = ८ + ६ + (२३) = ८ + ६ + ५ = १९ = १ + ९ = १० = १ + ० = १.

एक हे आलेले उत्तर प्रारब्ध अंकदर्शक. हा अंक या व्यक्तींच्या जीवनात वयवर्ष १, १०, १९, २८, ३७, ४६, ५५, ६४, ७३... याप्रमाणे असलेल्या कालावधीत शुभ अथवा अशुभ घटनांचा प्रत्यय देईल. १ हा अंक रवि ग्रहाच्या आधिपत्याखाली येतो. हा अंक सदर व्यक्तींच्या बाबतीत आत्मविश्वास निर्माण करणारा दर्शवतो. यामुळे प्रतिकूलतेवर मात करण्याची क्षमता अथवा मनाविरुद्ध काही घडल्यास निराशेतून झट्कन बाहेर पडण्याची क्षमता यातून दिसते. शासकीय क्षेत्राशी ह्या व्यक्तीचा संबंध दर्शवतो. श्रीमंत अथवा अधिकारप्राप्त व्यक्तींशी त्यांचा सुसंवाद दाखवतो.

कुंडली विचार

ज्या पद्धतीने जन्मतारखेवरून जन्मकुंडली तयार केली जाते, त्याचप्रकारे जन्मतारखेवरून अंककुंडली तयार केली जाते. ज्योतिषशास्त्र, जन्मकुंडलीनुसार संपूर्ण भविष्यविचार केला जातो. अंककुंडलीमध्ये मात्र माणसाच्या विचारांचा स्तर ओळखला जाऊ शकतो. एकूण गुणधर्माविषयी सदर अंककुंडली बोलते. धर्म, अर्थ, काम, सत्त्व, रज, तम यांविषयीचे मूल्यमापन अंक कुंडलीवरून करता येते. जशी १ ते १२ राशींची मूळ कालपुरुषाची कुंडली केली जाते, तशी अंकशास्त्रात १ ते ९ अंकांची कुंडली केली जाते. या अंककुंडलीचे ३ भागही केले जातात. प्रथम मूळ अंककुंडली कशी मांडली जाते, ते पाहू.

३	१	९	धर्म सत्त्व
६	७	५	अर्थ रज
२	८	४	काम तम

वरील मूळ अंककुंडलीच्या आधारे आपण जी उदाहरणादाखल जन्मतारीख घेतली आहे, त्या व्यक्तीची अंककुंडली तयार करू. अंककुंडली करताना शतकाचा विचार केला जात नाही. शून्य आले, तर तेही धरले जात नाही. जन्मतारीख १७-६-१९५८ आहे. म्हणजे यातील एकोणीसशेचा विचार होणार नाही. १९ वगळता अन्य अंकांच्या आधारे ती कुंडली पुढीलप्रमाणे तयार होईल.

-	१	-	धर्म सत्त्व
६	७	-	अर्थ रज
-	८	-	काम तम

वरील अंककुंडलीत धर्म, सत्त्व पातळीवर १ अंकाचा प्रभाव आहे. आत्मविश्वास आणि सत्यप्रियता त्यातून प्रकट होते. अर्थ, रज पातळी ६ आणि ७ म्हणजे शुक्र आणि नेपच्यून ग्रहाने प्रभावित दर्शवते. म्हणजे उपभोग वृत्ती... भौतिक सुखाकडे कल आणि गूढशास्त्राची आवड यातून सिद्ध होते. तर काम, तम स्तरावर ८ हा अंक म्हणजे शनीचा अंक येतो आणि तो त्याविषयकच विलंब दर्शवतो.

जेव्हा जन्मतारखेत एखादा अंक पुन्हा येईल, तेव्हा अंककुंडलीत त्या अंकाविषयी जादा रेघ मारून खूण करावी. सदर अंक जितका अधिक येईल तेवढी त्या अंकांची स्पंदने अधिक होतात. उदा.— जन्मतारीख १८-८-१९५५ आहे. या जन्मतारखेची अंककुंडली पुढीलप्रमाणे होईल.

-	१	-	धर्म सत्त्व
-	-	५	अर्थ रज
-	८	-	काम तम

वरील अंककुंडलीत धर्म आणि सत्त्व पातळीवर १ अंकाचा म्हणजे रवीचा प्रभाव आहे. ती आत्मविश्वासकारक आणि सदाचारी दाखवतो. अर्थ, रज पातळीवर ५ अंकाचा दोनदा प्रभाव आहे. ५ हा अंक बुधाशी निगडित म्हणजे त्यातून वक्तृत्व प्रभाव अधिक प्रमाणात दर्शवतो. भौतिक सुखाकडे तीव्र ओढ दर्शवतो. आणि काम, तम स्तरावर ८ ह्या अंकाचा म्हणजे शनि ग्रहाचा अधिक प्रभाव आहे. मनावर ताबा न राहणे, तामसी वृत्ती त्यातून दिसते. अशा व्यक्तीचा अहंकार लवकर दुखावला जातो, असे अंककुंडली दर्शवते.

विशेष नियम

अंककुंडलीत जे अंक आलेले नाहीत, त्या अंकाचे फलित संबंधित व्यक्तीला मिळू शकत नाहीत. उदा.— वरील कुंडलीत फक्त १, ५ आणि ८ अंक आहेत. २, ३, ४, ६, ७ आणि ९ ह्या अंकांचे म्हणजेच चंद्र, गुरू, हर्षल, शुक्र, नेपच्यून आणि मंगळ यांचे धर्म, अर्थ, काम, सत्त्व, रज, तम पातळीवर असणारे फलित सदर व्यक्तीस मिळू शकणार नाही.

□□

- ७ -

A To Z

इंग्रजी आद्याक्षरानुसार माणसाची स्वभाववैशिष्ट्ये पाहायला मिळतात. पाश्चात्त्य अंकज्योतिषपद्धतीनुसार A To Z ही २६ अक्षरे माणसाच्या स्वभावाचे विविध पैलू सांगतात. हे पैलू आता आपण क्रमाक्रमाने पाहू या.

A : A आद्याक्षराची व्याप्ती कुठल्याही बाबतीत आघाडीवर जाण्याची प्रवृत्ती दर्शविते. या व्यक्ती उच्च महत्त्वाकांक्षी असतात. त्यांची इच्छाशक्ती प्रबळ असते.

B : B आद्याक्षराच्या व्यक्ती व्यवहारी असतात. भावना आणि व्यवहार यांचा समतोल साधणाऱ्या असतात. आर्थिक दृष्ट्या त्यांचे पूर्वनियोजन चांगल्या प्रकारचे असते.

C : C आद्याक्षर असणाऱ्या व्यक्ती सन्मार्गी असतात. दुसऱ्याचे भले व्हावे, ही त्यांची कायम भावना असते. ही माणसे परोपकारी वृत्तीची असतात. प्रामाणिकपणा, निष्ठा हे त्यांचे विशेष गुणधर्म असतात.

D : D आद्याक्षर असणाऱ्या व्यक्ती हरहुन्नरी प्रवृत्तीच्या असतात. त्यांना अनेक गोष्टींची आवड असते. ही माणसे व्यासंगी असतात. उत्साही असतात. फक्त कुठल्याही बाबतीत कुणी तरी त्यांना प्रेरणा देण्याची आवश्यकता असते.

E : E आद्याक्षर असलेल्या व्यक्ती आदर्शवादी असतात. विचार उच्च असतात. कुठल्याही बाबतीत नावीन्याकडे त्यांची ओढ असते. या व्यक्ती अत्यंत स्पष्ट बोलणाऱ्या असतात. त्यांचे व्यक्तिमत्त्व पारदर्शक असते.

F : F आद्याक्षर असलेल्या व्यक्ती कुटुंबीयांमध्ये रमणाऱ्या असतात. या व्यक्ती एकांतात कधीच रमू शकत नाहीत. या व्यक्ती HOME-SICK असतात. लाघवी आणि प्रेमळ असतात.

G : G आद्याक्षर असणारी माणसे अत्यंत सज्जन असतात. स्वत:च्या प्रतिष्ठेला जपत असतात. नीतिमूल्यांचे ते काटेकोरपणे पालन करीत असतात. कुठल्याही गोष्टीचे पूर्वनियोजन असते. वाणी मधुर असते.

H : H आद्याक्षराच्या व्यक्ती काहीशा आत्मकेंद्रित प्रवृत्तीच्या असतात. महत्त्वाकांक्षा

अत्युच्च असते. ही माणसे जीवनात आपले उद्दिष्टे गाठण्यात सफल होतात.

I : I आद्याक्षर असणारी माणसे ज्ञानी असतात. कुठल्याही गोष्टीचे ज्ञान प्राप्त करून घेण्याविषयी त्यांना सतत जिज्ञासा असते. या व्यक्ती कार्यतत्पर असतात. समयसूचकता हा त्यांचा विशेष गुणधर्म असतो.

J : J आद्याक्षर असणारी माणसे मोठ्या मनाची असतात. त्यांच्यात दुसऱ्याला समजून घेण्याची भावना असते. ह्या व्यक्ती जीवनात लहान-सहान गोष्टींना महत्त्व देत नाहीत. 'मौलिकता' हाच त्यांच्या जीवनाचा एक पिंड असतो.

K : K आद्याक्षर असणाऱ्या व्यक्तीच्या जीवनात विलक्षण चढ-उतार असतात. अनुकूल अथवा प्रतिकूल घटना अनपेक्षितरीत्या घडण्याचे त्यांना प्रत्ययास येते. जीवनात अस्थैर्य असूनही त्यांच्यात सहिष्णुता असते.

L : L आद्याक्षर असणारी माणसे हृदयाने अत्यंत हळवी असतात. प्रेमळ असतात. जुन्या आठवणींवर प्रेम करणारी असतात. राहणी साधी असते. त्यांना दिखाऊपणाचा तिटकारा असतो.

M : M आद्याक्षराची माणसे सच्च्या हृदयाची असतात. अत्यंत प्रामाणिक असतात. सदाचारी, सभ्य असतात. सुसंस्कृत असतात. त्यांच्यात विश्वासार्हता असते. शब्दाला मानतात. शब्दाला अधिक महत्त्व देतात.

N : N आद्याक्षर असणाऱ्या व्यक्तीमध्ये कमालीची जिद्द असते. चिकाटी असते. कितीही संकटे आली तरी खंबीरपणाने सामारे जातात आणि त्यातून वाट काढून आपल्या यशाचा मार्ग मोकळा करतात. साधी राहणी आणि उच्च विचारसरणी हा आदर्शवाद हे आयुष्यभर अमलात आणतात.

O : O आद्याक्षर असणारी माणसे साहसी असतात. जिद्दी असतात. त्यांच्यात आत्मकेंद्रित प्रवृत्तीही असते. अपयशाने ठेचकाळल्यावरही पुन्हा खंबीरपणे उभे राहून ध्येयाच्या दिशेने वाटचाल करीत राहतात.

P : P आद्याक्षर असणाऱ्या व्यक्ती समाधानी वृत्तीच्या असतात. किंबहुना, आयुष्यातील स्वत:चे दु:ख-अडचणी स्वत:च्या चेहऱ्यावर कधीही दाखवत नाहीत. उलट, दुसऱ्यावर काही प्रसंग आल्यास स्वत:च्या अडचणी बाजूला ठेवून मदतीला धावतात.

Q : Q हे आद्याक्षर पूर्णपणे ध्येयप्रेरित असते. स्वत:च्या ध्येयासाठी पूर्णपणे झोकून देऊन आयुष्यभर ही माणसे झटत असतात. ही माणसे धोरणी

असतात. त्यांच्यात दूरदृष्टी असते. निर्णयात धीमेपणा असतो. मनावर ताबा असतो.

R : R आद्याक्षर असणाऱ्या माणसांचे व्यक्तिमत्त्व अत्यंत प्रभावी असते. ही माणसे मुळातच श्रेष्ठ असतात. सामान्य परिस्थितीतून त्यांच्या जीवनाची सुरुवात होते; मात्र पुढे अत्यंत उंचावर जाऊन पोहोचतात. यशाचे शिखर गाठतात. त्यांना सामाजिक प्रतिष्ठा लाभते.

S : S आद्याक्षराची माणसे हसतमुख असतात. रसिक असतात. कलाप्रेमी असतात. सामाजिक-सांस्कृतिक कार्यक्रमांत ही मंडळी पुढाकार घेत असतात. त्यांचा जनसंपर्क मोठा असतो. कुठलाही निर्णय घेताना दुसऱ्याला विश्वासात घेण्याची प्रवृत्ती असते.

T : या आद्याक्षराची माणसे समाधानी वृत्तीची असतात. त्यांना आळस म्हणून माहीत नसतो. 'कार्यमग्नता हेचि जीवन' हे त्यांचे जीवनसूत्र असते. मनाची प्रसन्नता आणि समाधानी वृत्तीमुळे ही माणसे त्यांच्या मित्रमंडळींमध्ये अत्यंत लोकप्रिय असतात.

U : U आद्याक्षर असलेल्या व्यक्तींचा कल आधुनिकतेकडे अधिकपणे झुकणारा असतो. त्यांना नावीन्याची विलक्षण ओढ असते. ही माणसे सत्यवादी असतात. विचारांत परिपक्वता असते. कुठल्याही गोष्टीचा अनेक बाजूंनी विचार करण्याची त्यांच्यात वृत्ती असते.

V : V आद्याक्षर असणाऱ्या व्यक्तींमध्ये आत्मस्तुतिप्रियता असते. आपल्यातील चांगल्या गुणांची दुसऱ्याने सतत वाहवा करावी, अशी त्यांची अपेक्षा असते. तसेच ही माणसे दुसऱ्यामधीलही चांगल्या गुणांचे तोंडभरून कौतुक करीत असतात. तीव्र आकलनशक्ती हा त्यांचा विशेष गुणधर्म असतो.

W : W आद्याक्षराची माणसे कष्टाळू असतात. आयुष्यात कुठल्याही प्रकारचे आव्हान स्वीकारण्याची त्यांची तयारी असते. मनाने खंबीर असतात. साहसी चित्रपट पाहणे, साहसी गोष्टी वाचणे हा त्यांचा आवडता छंद असतो.

X : X आद्याक्षर बेफिकिरी दर्शवते. ही माणसे शेवटपर्यंत स्वत:च्या मताशी ठाम राहू शकत नाहीत. नकारात्मक धोरण त्यांच्या आयुष्यातील अपयशास कारणीभूत ठरणारे असते. कुठल्याही गोष्टीचा गांभीर्याने विचार न करणे, हा त्यांच्यातील मोठा दोष असतो.

Y : Y आद्याक्षर भोगवादी, चैन वृत्ती दर्शवते. ही माणसे अत्यंत व्यवहारी,

हेकेखोर आणि आत्मकेंद्रित प्रवृत्तीची असतात. त्यांच्यामध्ये तडजोड वृत्ती नसते.

Z : Z आद्याक्षर क्रोधी प्रवृत्ती निर्देशक आहे. ही माणसे खुनशी असतात. सत्त्वहीन असतात. विचारांना दर्जा नसतो. लोभी, स्वार्थी असतात. माणूसघाणी वृत्ती त्यांच्यात असते.

□□

- ८ -

इंग्रजी अक्षरे

कीरोच्या अंकशास्त्रपद्धतीनुसार इंग्रजीमधील A To Z ह्या २६ अक्षरांमधील प्रत्येक अक्षरावर एकेका अंकाचा अंमल आहे. यात ९ हा अंक मात्र वगळलेला आहे. प्रथम इंग्रजी अक्षर आणि त्यावर अंमल असलेला अंक याचे कोष्टक पाहू.

A	1	H	5	0	7	V	6
B	2	I	1	P	8	W	6
C	3	J	1	Q	1	X	5
D	4	K	2	R	2	Y	1
E	5	L	3	S	3	Z	7
F	8	M	4	T	4		
G	3	N	5	U	6		

वरील संपूर्ण कोष्टक लक्षात राहायला अवघड जाऊ नये, म्हणून त्या कोष्टकाचे आपल्याला सोप्या कोष्टकात रूपांतर पुढीलप्रमाणे करता येईल.

अंक	**अक्षरे**	**अंक**	**अक्षरे**
1	A, I, J, Q, Y	2	B, K, R
3	C, G, L, S	4	D, M, T
5	E, H, N, X	6	U, V, W
7	O, Z	8	F, P

वरील कोष्टकाचा व्यवहारात उपयोग कसा करायचा, हे पाहू. जसे आपण म्हणतो, अनुभवतो की— ग्रह आणि अंक यांची स्पंदने परस्परांशी एकरूप होत असतात आणि अंकांचा आपल्या जन्मतारखांशी संबंध येतो; त्याचप्रमाणे आपले जे नाव असते, त्यातील अक्षरांशीसुद्धा अंकांच्या स्पंदनांशी (ओघाने जन्मतारखेशी भाग्यांकांशी संबंध येतो) येतो. ही स्पंदने जर एकरूप होत असतील, तर

आपल्या नावाला महत्त्व येते आणि ती तर एकरूप होत नसतील, तर यशामध्ये अडथळे येतात. म्हणून नावाचा वापर करताना जर विशिष्ट पद्धतीने केला, त्यातील स्पेलिंगमध्ये काहीसा बदल केला; तर स्पंदने जुळून त्यात अपेक्षित बदल घडू शकतो. यश मिळणे सुसह्य होऊ शकते.

उदाहरण पाहू. एखादा कलावंत आहे. त्याची जन्मतारीख १५ ऑक्टोबर १९७४ आहे आणि त्याला कलाकेंद्र उघडायचे आहे. त्याने व्हिक्टरी आर्ट्स नाव सुचविले आहे. ते त्याच्या भाग्यांकाशी कितपत मिळते-जुळते आहे, ते पाहू. त्याची जन्मतारीख १५ म्हणजे भाग्यांक ६ येईल. व्हिक्टरी आर्ट्सचे प्रथम स्पेलिंग करू आणि मग त्यातील अक्षरानुसार येणाऱ्या अंकांची बेरीज करून नावाचा भाग्यांक काढू.

व्हिक्टरी आर्ट्स

V	I		C	T	O	R	Y
(6)	(1)		(3)	(4)	(7)	(2)	(1)
A	R	T	S				
(1)	(2)	(4)	(3)				

= (6+1+3+4+7+2+1) + (1+2+4+3)

= (24) + (10)

= 6+1

= 7

व्हिक्टरी आर्ट्सचा अंतिम अंक ७ आला. हा सदर व्यक्तीच्या भाग्यांकाशी, म्हणजे ६ शी जुळत नाही.

आता आपण नावात थोडा फरक करून पाहू. व्हिक्टरी आर्ट्सऐवजी 'व्हिक्टोरियस आर्ट्स' असे करून पाहू. व्हिक्टोरियस आर्ट्स—

V	I	C	T	O	R	I	E	S
(6)	(1)	(3)	(4)	(7)	(2)	(1)	(5)	(3)
A	R	T	S					
(1)	(2)	(4)	(3)					

= (6+1+3+4+7+2+1+5+3) + (1+2+4+3)

= (32) + (10) = (3+2) + (1+0)

= 5+1

= 6

म्हणजे आता सदर व्यक्तीच्या भाग्यांकाशी त्याच्या कलाकेंद्राचे 'व्हिक्टोरिअस आर्ट्स' हे नाव पूर्णपणे जुळते. आता दुसरे एक उदाहरण घेऊ.

राजा मथुरे नावाचे गृहस्थ आहेत. त्यांची जन्मतारीख ११ मे आहे, आणि त्यांनी सही कशी करावी, असे विचारले आहे.

११ मे म्हणजे भाग्यांक २ आला.

आता नावाचे स्पेलिंग पाहू.

R	A	J	A	M	A	T	H	U	R	E
(2)	(1)	(1)	(1) +	(4)	(1)	(4)	(5)	(6)	(2)	(5)

= (5) + (27)

= (5) + (9)

= 14

= (1+4)

= 5

म्हणजे राजा मथुरे अशी सही त्यांच्या भाग्यांकाशी जुळत नाही. आता आर. मथुरेबद्दल करून पाहू.

R	M	A	T	H	U	R	E
(2) +	(4)	(1)	(4)	(5)	(6)	(2)	(5)

= (2) + (27)

= 2+9 (2+7)

= 11

= (1+1)

= 2

म्हणजे सदर गृहस्थांना आर. मथुरे अशी सही करण्याचा सल्ला द्यावा. या पद्धतीने व्यवहारात वेगवेगळ्या पातळीवर नावांतील अक्षरे आणि भाग्यांक यांची स्पंदने जुळली जाण्याच्या दृष्टीने नावातील अक्षरांत योग्य ते फेरफार करावेत; जेणेकरून ते बदल भाग्यांकाशी जुळतील. व्यवसायासाठी ठेवायचे नाव, बंगल्याला द्यावयाचे नाव, सही करण्यासाठी वापरायचे नाव, इ. कुठल्याही संदर्भात वापराचे नाव सोइस्कररीत्या घ्यावे की, ज्यामुळे त्या नावाखाली अक्षरांच्या येणाऱ्या अंकाची बेरीज ही संबंधित व्यक्तीच्या भाग्यांकाएवढी येईल. भागीदारी व्यवसायामध्ये दुसरा भागीदार कितपत लाभदायक आहे अथवा कुठला पर्यायी

भागीदार निवडावा; जेणेकरून भाग्यांकाच्या स्पंदनांशी त्याच्या नावाची स्पंदने जुळतील.

वधू-वर गुणमेलनाच्या बाबतीतसुद्धा ही पद्धत वापरता येईल.

□□

– ९ –
पिरॅमिड पद्धत

ह्या विश्वामध्ये अशी एकही व्यक्ती नाही की, तिला पुढे घडणाऱ्या घटनेविषयी कुतूहल नाही, उत्सुकता नाही. कारण माणूस हा आशेवर जगत असतो. एखादा अगदी पूर्णपणे प्रयत्नवादी जरी असला, तरीदेखील जर पुढे घडणाऱ्या घटनेविषयी काही आशादायी कळले, तर तोसुद्धा काही असे म्हणणार नाही की— छे! मला यश मिळणार आहे, हे मला आधी उगीचच कळले!!

दैनंदिन जीवनात अनेक छोटे-मोठे प्रश्न असतात. अगदी एखाद्या व्यक्तीला भेटण्यापासून ते पार नोकरीतील बढती अथवा धंद्याची भरभराट... गाडी... घर वगैरे. परंतु काही तात्कालिक प्रश्न असतात. त्याविषयी माणसाला जर काही लगेच समजू शकले, तर त्याच्या दैनंदिन कामाला गती येऊ शकते. नजीकची संभाव्य गोष्ट यशस्वी होईल का नाही, याविषयी पूर्वीच्या काळापासून चालत आलेली पद्धत म्हणजे शकुन पद्धत. उदा.— प्रश्न विचारत असताना समोरून पाण्याची भरलेली घागर घेऊन येणारी एखादी तरुणी दिसली, तर योजलेल्या कामात यश मिळणारे असते. पूर्वीच्या काळी मांजर आडवे जाणे, प्रेत आडवे जाणे, पाल चुकचुकणे, टिटवी ओरडत जाणे, खांद्यावर पक्ष्याची विष्ठा पडणे इ. विविध शकुनांचा वापर मोठ्या प्रमाणात केला जात होता. अजूनही काही प्रमाणात शकुनाचा अथवा संकेतांचा वापर केला जातो. दुसरी पद्धत आहे प्रश्नकुंडली पद्धत. प्रश्न ज्या वेळेला विचारला जातो, त्या वेळची प्रश्नकुंडली मांडून त्यानुसार विचारलेल्या प्रश्नाचे उत्तर ज्योतिषशास्त्राच्या आधारे दिले जाते. परंतु त्याहूनही अधिक सोपी म्हणजे अगदी सामान्य माणसालादेखील जी पद्धत सहजगत्या अवगत होऊ शकेल, ती म्हणजे अंकशास्त्रातील 'पिरॅमिड' पद्धत.

अर्थात पद्धत सोपी जरी असली, तरी या पद्धतीलाही काही निश्चित असे नियम आहेत. सदर नियम पाळले गेल्यास कुठल्याही प्रश्नाचे अचूक उत्तर या 'पिरॅमिड' पद्धतीनुसार देता येते.

सदर नियम

१) प्रश्न ज्याला विचारायचा आहे, त्याची अडचण खरीखुरी असली

पाहिजे. कसोटी पाहण्यासाठी प्रश्न विचारू नये.

२) त्याने विचारलेला प्रश्न मनापासून विचारला पाहिजे. काही तरी प्रश्न विचारायचा म्हणून प्रश्न विचारला अथवा केवळ वेळ घालवायचा म्हणून प्रश्न विचारला, असे होता कामा नये.

३) त्याने विचारलेल्या प्रश्नाचे स्वरूप उत्स्फूर्त पाहिजे. त्यातील शब्द उत्स्फूर्त असावेत. ठरवून, योजना करून प्रश्न विचारला जाऊ नये.

प्रश्नाचे उत्तर शोधण्याचे पद्धत

१) प्रथम आपल्याकडे आलेल्या व्यक्तीला तिचा प्रश्न उत्स्फूर्तपणे विचारायला सांगणे.

२) एका कोऱ्या कागदावर सदर प्रश्न, त्या व्यक्तीने उच्चारलेल्या शब्दांत लिहून काढणे.

३) प्रश्नाखाली डाव्या बाजूस, प्रश्नात आलेल्या एकूण शब्दांची संख्या लिहावी.

४) प्रश्नातील प्रत्येक शब्दाखाली त्या शब्दात असलेल्या अक्षरांची संख्या लिहावी.

५) डावीकडून ओळीने येणाऱ्या शेजारच्या प्रत्येक दोन अंकांची बेरीज, त्या दोन अंकांच्या खाली मधोमध लिहावी व ही बेरीज एक अंकी घ्यावी.

६) प्रश्नाची ओळ संपल्यावर पुन्हा खालच्या ओळीत त्याच पद्धतीने डावीकडून ओळीने शेजारी असलेल्या दोन-दोन अंकांची बेरीज, त्या दोन अंकांच्या खाली मधोमध घेत जावी.

७) अशी बेरीज घेता-घेता शेवटच्या ओळीत दोनच अंक राहतील, पुन्हा त्या दोन अंकांची एक अंकी बेरीज घेऊन येणारा अंतिम अंक त्या दोन अंकांखाली लिहावा.

८) अंतिम येणाऱ्या अंकाच्या आधारे प्रश्नाचे उत्तर अचूक देता येते. हे उत्तरदेखील उत्स्फूर्तपणे असावे लागते. तसेच येणाऱ्या अंकाचा अर्थसुद्धा योग्य पद्धतीने... तर्कशास्त्राचा वापर करून लावता आला पाहिजे.

अंतिम अंकापर्यंत प्रश्नाचे उत्तर कसे येते, ते उदाहरण घेऊन पाहू.

एखाद्या व्यक्तीने प्रश्न विचारला आहे की— माझी समितीवर निवड होईल का?

सदर प्रश्न व्यवस्थितपणे मांडून घेऊन आणि त्यानंतर अंकांची मांडणी

करू. प्रश्नाखाली, डाव्या हाताला आधी प्रश्नातील शब्दांची एकूण संख्या ५ ही लिहून घेऊ व नंतर प्रत्येक शब्दाखाली त्यातील अक्षरांची संख्या मांडू. त्यापुढील ओळीपासून ओळीने शेजारच्या प्रत्येक दोन अंकांची बेरीज, त्या दोन अंकाखाली मधोमध मांडू आणि अशा पद्धतीने अंतिम अंकापर्यंत येऊ.

माझी समितीवर निवड होईल का?

५ २ ५ ३ ३ २

७ ७ ८ ६ ५

५ ६ ५ २

२ २ ७

४ ९

४

९) याप्रमाणे अंतिम अंक ४ आला आहे. आता ४ हा अंक हर्षलचा अंक आहे. हर्षल हा ग्रह हरहुन्नरी प्रवृत्तिदर्शक आहे. आणि त्यामुळे त्याचे उत्तर साहजिकच निश्चितपणे निवड केली जाईल, असे राहील. आणि एवढेच नाही, तर समितीवर घेऊन वेगवेगळ्या प्रकारच्या जबाबदाऱ्या सोपवल्या जातील, असे सांगता येईल.

समजा उत्तर १ आले, तर १ हा अंक रवीचा असल्याने तोही यश दाखवणारा आहे. त्यामुळे समितीवर निवड होईल, असे उत्तर राहील.

उत्तर २ आल्यास २ हा अंक चंद्राच्या आधिपत्याखाली येत असल्याने तो मनाची चंचल अवस्था दाखवतो. त्यामुळे समितीवर जरी निवड झाली, तरी त्या समितीवर मनापासून काम करालच अशी शाश्वती देता येणार नाही, असे उत्तर होईल.

उत्तर ३ आल्यास ३ अंक गुरूच्या आधिपत्याखाली असल्याने समितीवर मार्गदर्शकाची भूमिका करावी लागेल, असे त्याचे उत्तर होईल.

उत्तर ५ आल्यास ५ अंक बुधाच्या आधिपत्याखाली येत असल्याने समितीवर जनसंपर्काच्या कामासाठी नेमले जाईल अथवा त्या कामाची अपेक्षा केली जाईल, असेच त्याचे उत्तर होईल.

उत्तर ६ आल्यास सदर अंक शुक्राच्या आधिपत्याखाली येत असल्याने समितीवर महिलाविषयक काम करावे लागेल, असे उत्तर होईल.

उत्तर ७ आल्यास सदर अंक नेपच्यूनच्या आधिपत्याखाली येत असल्याने

समितीवर होणारी निवड घाईघाईने स्वीकारू नका, फसगत होण्याची शक्यता आहे— असा सल्ला द्यावा.

उत्तर ८ आल्यास सदर अंक शनीच्या आधिपत्याखाली येत असल्याने समितीवर निवड होईल, परंतु खूप कष्ट दर्शवतात आणि त्यामानाने यश मिळायला खूप कालावधी लागेल, असे सांगावे.

उत्तर ९ आल्यास सदर अंक मंगळाच्या आधिपत्याखाली येत असल्याने मंगळ हा वर्चस्व दर्शवतो. त्यामुळे तुम्ही नुसते समितीवर निवडले जाणार नाही, तर समितीचे प्रमुख म्हणूनच जबाबदारी सोपवली जाईल, असे सांगावे. मुळात मंगळ हा प्रबळ इच्छाशक्ती आणि महत्त्वाकांक्षेचा कारक असल्याने ९ उत्तर आल्यावर अशा व्यक्तीस सांगावे की, तुम्हाला निर्विवाद घवघवीत यश मिळेल.

□□

- १० -

जन्मतारखेवरून जन्मवार काढणे

कधी कधी एखादी व्यक्ती आपली जन्मतारीख सांगते, परंतु वार लक्षातच असतो, असे नाही. आणि केवळ जन्मतारखेबद्दलच असे घडते असे नाही, तर एखादी घटना किती तारखेला घडली याची आपल्याला तारीख माहिती असते, परंतु वार लक्षात असतोच असे नाही. अशा बाबतीत अंकशास्त्राच्या आधारे, पूर्ण तारीख माहिती असेल, तर त्यावरून वार निश्चित काढता येऊ शकतो.

वार काढण्यासाठी गणित मांडण्याकरिता शतकांना आणि महिन्यांना ठरावीक नंबर दिले आहेत. तसेच हे गणित करण्यासाठी काही नियमही केले आहेत.

शतकांना दिलेले नंबर

१८ वे शतक ४ अंक	१९ वे शतक २ अंक
२० वे शतक ० अंक	२१ वे शतक ६ अंक

अंक आणि महिने

अंक १	जानेवारी, ऑक्टोबर
अंक २	मे
अंक ३	ऑगस्ट
अंक ४	फेब्रुवारी, मार्च आणि नोव्हेंबर
अंक ५	जून
अंक ६	सप्टेंबर आणि डिसेंबर

शून्य अंक हा एप्रिल आणि जुलै महिन्यास दिला आहे. लीप वर्षात जानेवारीचा अंक शून्य असतो व फेब्रुवारीचा तीन अंक असतो.

६ डिसेंबर १९९२ रोजी एखादी घटना घडली आहे. या तारखेचा वार काढताना पुढील पद्धतीने आपल्याला जावे लागेल.

१) १९९२ चे शेवटचे दोन अंक घ्यायचे. ते ९२ आले. त्याला चारने

भाग द्यायचा. भागाकार २३ आला.

२) हा भागाकार मूळ वर्षात मिळवायचा. ती बेरीज येईल ९२+२३ =११५

३) या बेरजेत मूळ तारीख मिळवायची. ती बेरीज येईल ११५+६ = १२१

४) सदर तारखेचा महिना डिसेंबर आहे. त्याचा अंक ६ आहे. हा अंक वरील बेरजेत मिळवायचा. ती बेरीज १२१+६= १२७

५) सदर बेरजेला म्हणजे १२७ ला ७ ने भाग घ्यायचा व जी बाकी राहील, तो जन्मवार येईल. १२७/७ = १८ भागाकार आला आणि बाकी १ उरली, म्हणजे वार रविवार आला.

□□

- ११ -

अंकाविषयी आणखी काही

सम-विषम अंक

एखाद्या व्यक्तीने जर अचानक प्रश्न विचारला की, 'मुलगा होणार की मुलगी होणार?' याचे उत्तर 'पिरॅमिड' पद्धतीने शोधता येते. उत्तराची संख्या विषम आल्यास 'मुलगा होईल' असा निष्कर्ष होतो, तर संख्या सम आल्यास 'मुलगी होईल' असा निष्कर्ष होतो.

तीन अंकाचे महत्त्व

धर्मशास्त्रात तीन अंकाला महत्त्व आहे. उदा.— ब्रह्मा, विष्णू आणि महेश (त्रिमूर्ती-दत्तावतार); तसेच कोरस-आयसिस-ओसिरीस, धर्म-अर्थ आणि काम याप्रमाणे. हिंदू संस्कृतीनुसार तीन वेळा आचमन केले जाते. पूर्वी आहुती ३ वेळा दिली जायची. शपथा ३ वेळा घेतल्या जात होत्या. राष्ट्रीय नेत्याला ३ वेळा सलामी दिली जाते. पंढरपूर येथील पांडुरंगाच्या देवळात नामदेवाची 'तिसरी पायरी' प्रसिद्ध आहे. स्वर्ग, पृथ्वी आणि पाताळ असे तीन लोक आहेत. ३ हा अंक गुरू ग्रहाच्या आधिपत्याखाली येतो. गुरू ज्या राशींचा स्वामी आहे, त्या राशी धनू आणि मीन. यांचे अंकही तीनच्या पटीत येतात. (धनू रास- ९वी रास, मीन रास— १२ वी रास) वेळा ३ आहेत. सकाळ, दुपार आणि संध्याकाळ. माणसाच्या आयुष्यातील टप्पे ३ आहेत. बालपण, तरुणपण आणि म्हातारपण. पळसाला पाने ३ असतात.

सात अंकाचे महत्त्व

सात ह्या अंकावर नेपच्यूनचा अंमल असतो. 'नेपच्यून' हा ग्रह संवेदनशील आहे. उत्स्फूर्तपणा हे त्याचे वैशिष्ट्य आहे. सात अंकाचे प्रत्यंतर इतिहास, पुराणात, खगोलशास्त्रात येऊन गेले आहे. सात ह्या अंकाला धार्मिक संदर्भही आहे. आठवड्याचे वार सात आहेत. सप्त चिरंजीव आहेत. इंद्रधनुष्याचे रंग सात आहेत. संगीतात सप्त स्वर आहेत. 'विवाह' धार्मिक विधीत 'सप्तपदी' हा विधी असतो.

नऊ अंकाचे महत्त्व

नऊ हा अंक योद्ध्याचा अंक मानला जातो. 'मंगळ' ह्या ग्रहाचा नऊ अंकावर अंमल आहे. मंगळ हा साहस आणि पराक्रमाचा कारक आहे. नेपोलियनने आपल्या सैन्यात मंगळाचा अंमल असलेली एक तुकडी ठेवली होती.

महाभारतात ९ अंकांचे अनेक दाखले आहेत. मुळात महाभारतात श्रीकृष्णाने अर्जुनाने गीता सांगितली, त्यात १८ अध्याय आहेत. श्रीकृष्णाने रथाला ९ घोडे लावले होते. नवग्रह, नवरस, नवरात्री, २७ नक्षत्रे, गर्धधारणेचे ९ महिने व ९ दिवस अशा पद्धतीने नऊ अंकाचे संदर्भ आहेत.

तेरा अंकाविषयी

पाश्चात्त्य राष्ट्रात १३ अंक अशुभ मानतात आणि त्यानुसारच आपल्याकडे एक म्हण प्रचलित आहे— एखादी गोष्ट अपयशी ठरली की, त्याबाबत 'तीनतेरा' झाले, असे म्हणतात. तसेच जेव्हा अडचणीत आणखी एखादी अडचण उद्‌भवते, तेव्हा 'दुष्काळात तेरावा महिना' असा वाक्यप्रयोग केला जातो.

परंतु अंकशास्त्राच्या दृष्टीने विचार करता, १३ हा अंक अत्यंत फलदायी ठरतो. १३ अंकात १ अंक म्हणजे रवि आणि ३ अंक म्हणजे गुरू असा रवि-गुरू ग्रहांचा मिलाफ होतो, हे ४ भाग्यांकाचा विचार करताना पाहिले आहेच.

शुभ-अशुभ अंकाविषयी

जन्मतारखेवरून येणारा भाग्यांक हा प्रत्येक संबंधित व्यक्तीला शुभ ठरणारा असतो; परंतु तो अंक दुसऱ्याला शुभ ठरेलच, असे नाही. प्रत्येक व्यक्तीला अशुभ ठरणारा अंक कुठला असे विचारले असता, निश्‍चितपणे अशुभ अंक सांगता येणे अशक्य आहे. प्रत्येकानेच आपल्या अनुभवानुसार अशुभ अंक ग्राह्य धरायचा असतो. अशुभ अंकाविषयी विशिष्ट अनुमान अथवा नियम सिद्ध होऊ शकलेले नाहीत. प्रत्येक भाग्यांकाच्या अनुषंगाने अथवा प्रत्येक जन्मतारखेला भिन्न अशुभ अंक प्रत्ययास येऊ शकतात. कुठल्या नंबरची गाडी लाभत नाही अथवा त्रासदायक ठरते व अशुभ घटना घडणाऱ्या कुठल्या तारखांची पुनरावृत्ती होते, जेवढ्या काही प्रतिकूल घटना घडल्या असतील त्यांतील सर्वाधिक प्रतिकूल घटना कुठल्या वारी अथवा कुठल्या तिथीला घडल्या आहेत इ. सर्व गोष्टींची नोंद करत राहिल्यावर त्यावरून अशुभतेविषयी कल्पना येऊ शकते.

माझा एक मित्र आहे. त्याच्या घराण्यात पणजोबा-आजोबांपासून घडणारे मृत्यू मंगळवारी घडलेले आहेत. तसेच रस्त्याने जाताना, कडेला स्कूटर्स वगैरे वाहने लावलेली असतात; त्यांपैकी ज्या गाडीचा त्याच्या पायाला धक्का लागतो, त्या गाडीच्या नंबरांची बेरीज ६ असते. रिक्षाने जात असेल तेव्हा, वाहतुकीच्या अडथळ्यामुळे कधी कधी रिक्षाला थांबून राहावे लागते. अशा वेळी रिक्षेच्या पुढे वाट अडवणाऱ्या गाडीच्या नंबरची बेरीज ही ६ असते. मध्यंतरी तो मित्र नव्या जागेत राहायला गेल्याचे कळले. तेव्हा सहज गप्पा मारताना त्याने आणखी एक अनुभव सांगितला. त्यांच्या समोर राहणारे कुटुंब फ्लॅट नं. ६ मध्ये राहते. फ्लॅट नं. ६ विषयी त्याला काही दिवस अस्वस्थता वाटली, परंतु अडचण काहीच आली नाही. वादविवाद कधी झाले नाहीत. तुम्ही ठीक, आम्ही ठीक. विशेष लक्षात राहण्यासारखे काहीच घडले नाही. आणि मग कालांतराने मनात विचार आला— ह्या फ्लॅट नं. ६ बाबतीत आपल्याला जरादेखील कसा अनुभव नाही आला? आणि लगेचच ३/४ दिवसांत प्रत्ययास आले की, संबंधात वादविवाद जरी होत नसले तरी त्या कुटुंबाची मूलभूत विचारसरणीच अत्यंत भिन्न स्वरूपाची आहे. सांगायचेच झाल्यास, मित्र हा श्रद्धा... देव वगैरे सगळ्या गोष्टी पाळणारा मानणारा आहे, त्याच्या समोरच्या फ्लॅटमधील कुटुंबाला ही कल्पनाच मुळात मान्य नाही.

आणखी काही अंकांविषयी विशेष गोष्टी

भक्तीचे नऊ प्रकार आहेत. नऊ रस आहेत. दशावतार, दश दिशा आहेत. चार वेद आहेत. पाच पांडव होते. षड्विकार आहेत. (षड्रिपू) चौदा रत्ने, चौदा भवने, षोडश उपचार, षोडश कला, षोडश मातृका, अष्टादश पुराणे, अष्टादश विद्या, तेहतीस कोटी देव, चौसष्ट कला इ. अनेक संदर्भ पुराण, खगोलशास्त्र इ. मध्ये आढळतात.

□□

– १२ –
कोण जिंकेल?

एखादी स्पर्धा चालू असताना त्या स्पर्धेत विजयी कोण होईल, याचे उत्तर अंकशास्त्राच्या आधारे देता येऊ शकते.

स्वर आणि व्यंजनांसाठी अंकज्योतिषशास्त्राने काही अंक दिले आहेत. सदर अंकांच्या प्रभावाखाली संबंधित स्वर-व्यंजने येतात.

स्वर

अ-५	उ-३	ओ-८
आ-५	ऊ-६	औ-८
इ-३	ए-६	अं-९
ई-३	ऐ-८	अ:-९

व्यंजन

क-५	ट-८	च-३	त-३
ख-५	ठ-८	छ-६	थ-३
ग-३	ड-६	ज-६	द-३
घ-३	ढ-५	झ-८	ध-६
	ण-५		न-६

प-८	य-५	श-६
फ-८	र-३	स-८
ब-८	ल-३	ह-८
भ-६	व-३	
म-५	ष-६	

सीता आणि गीता यांच्या स्पर्धेत कोण जिंकेल?
याचे उत्तर पुढीलप्रमाणे काढता येईल

सीता = स+ई+त+आ

= ८+३+३+५

कोण जिंकेल? / ८७

$$= \text{१९}$$

गीता $= \text{ग+ई+त+आ}$

$$= \text{३+३+३+५}$$

$$= \text{१४}$$

सीताचे उत्तर १९ आले.

गीताचे उत्तर १४ आले.

उत्तराला २ ने भागल्यावर ज्याची बाकी १ राहते, ती व्यक्ती जिंकते. बाकी ज्याची राहणार नाही, ती व्यक्ती हरते.

सीता $= \text{१९}/\text{२} = \text{९+१}$ बाकी

गीता $= \text{१४}/\text{२} = \text{७} +$ बाकी शून्य

म्हणजे सीता जिंकणार, असे उत्तर निघते.

□□

- १३ -
लाभदायक कुटुंबे

आपण जिथे राहता, तो घर नंबर पाहा. त्याचा भाग्यांक जो येईल आणि तो भाग्यांक ज्या-ज्या कुटुंबांच्या घर नंबरशी जुळतो, त्या कुटुंबाशी तुमच्या कुटुंबाचे संबंध पूर्णपणे सुदृढ असल्याचे लक्षात येईल. परस्परांचे वारंवार येणे-जाणे, परस्परांचे हितचिंतक, परस्परांमध्ये सहकार्य, प्रेमभावना असल्याचे प्रत्ययास येईल.

उदा.— घर नं. ७, घर नं. ४१२, घर नं. ६०१, घर नं. ३७६ या घरांमध्ये राहणाऱ्या ४ कुटुंबांची उदाहरणे घेतली; तर त्यांच्या घर क्रमांकांचे भाग्यांक पाहा.

घर नं. ७ = भाग्यांक ७

घर क्र. ४१२ = भाग्यांक = ४+१+२ = ५+२ = ७

घर नं. ६०१ = भाग्यांक = ६+१ = ७

घर नं. ३७६ = ३+७+६ = १६ = १+६ = ७

या चारही कुटुंबीयांच्या घरांचे भाग्यांक ७ येतात. म्हणजे ही चारही कुटुंबे परस्परांना पूर्णपणे पूरक आहेत. तसेच वैयक्तिक पातळीवर विचार करताना जन्मतारखेनुसार येणाऱ्या भाग्यांकाप्रमाणे त्या भाग्यांकाचा प्रभाव ज्या फ्लॅटला असेल, घराला असेल; तर त्या फ्लॅटमधील/घरामधील एखाद्या व्यक्तीशी संबंध जोडल्यास ते निश्चितच लाभदायक ठरू शकतात.

उदा. तुमचा जन्मतारखेनुसार भाग्यांक ९ आहे आणि नव्याने परिचय झालेली व्यक्ती फ्लॅट नं. ३६ मध्ये राहते आहे, तर नव्याने झालेला हा परिचय तुम्हाला निश्चितच लाभदायक ठरल्याशिवाय राहणार नाही.

□□

अंकविषयक तक्ता

अंक	ग्रह	महिना	स्वभाव	प्रकृतिदोष	वैवाहिक साथीदार अनुकूल जन्ममहिना
१ - AIJQY -	रवि - - -	ऑगस्ट - - -	आत्मविश्वास उत्साही - -	नेत्रविकार, हृदयविकार - -	-
२ - (BKR) 	चंद्र - -	जुलै - -	चंचल भावनाप्रधान -	स्तनविकार कफाचा त्रास -	-
३ - (CGLS) -	गुरू - - -	डिसेंबर मार्च - -	सात्त्विक सन्मार्गी - -	लीव्हरदोष शरीरस्थूलता - -	-
४ - - (DMT)	हर्षल - - -	- - - -	हरहुन्नरी उत्साही - 	पाय लघवीचे - संसर्गजन्य रोग	-

क्ता

ाथीदार न्ममहिना	शुभ दिवस	शुभ रंग	शुभ रास	मित्र अंक
ोव्हेंबर , मे	रविवार सोमवार मंगळवार गुरुवार	सोनेरी पिवळा - -	माणिक आणि मोती -	३,९ - १ -
क्टोबर एप्रिल	सोमवार मंगळवार गुरुवार	पांढरा निळा	मोती पुष्कराज	९, ३ आणि २
मार्च टेंबर	रविवार सोमवार मंगळवार गुरुवार	पिवळा पांढरा - -	पुष्कराज लसण्या - -	१,२,९ आणि ३ - -
मार्च नोव्हेंबर	रविवार सोमवार - शनिवार	पांढरा लाल निळा केशरी	पोवळे दावाळ - मोती	७,८,९ आणि ४ - -

५ - (EHNX)	बुध - -	जून सप्टेंबर -	व्यवहारचातुर्य वक्तृत्व -	मनोविकार वाणीदोष -	-
६ - (LIVW) -	शुक्र - - -	मे ऑक्टोबर - -	सौंदर्यदृष्टी कलाप्रियता उत्साही -	नेत्रविकार मांड्यादुखी - -	
७ - (OZ)	नेपच्यून - -	- - -	अंतर्ज्ञानी कल्पक -	स्मृतिभ्रंश नैराश्य -	-
८ - (FP) -	शनि - -	जानेवारी फेब्रुवारी	चिकाटी अवास्तविकपणा - -	गुडघेदुखी पोटऱ्यादुखी पोटदुखी -	१) जानेवारी, एप्रिल,
९ - - -	मंगळ - - -	एप्रिल नोव्हेंबर - -	धाडसी तामसी - -	पित्तविकार रक्तदाब - -	२) नोव्हेंबर, फेब्रुवारी

सप्टेंबर र, मार्च -	बुधवार शुक्रवार शनिवार	हिरवा निळा -	पाचू इंद्रनील -	२,८ आणि ५ -
ऑगस्ट, फेब्रुवारी ऑक्टोबर व एप्रिल	मंगळवार शुक्रवार शनिवार -	हिरवा निळा - -	पाचू हिरा इंद्रनील -	८,९ आणि २ - -
, जानेवारी , जुलै -	सोमवार मंगळवार गुरुवार	हिरवा पिवळा केशरी	पाचू पुष्कराज लसण्या	२,३,९ आणि ७ -
री, एप्रिल, ऑक्टोबर वारी, मे, , नोव्हेंबर	बुधवार गुरुवार शनिवार -	हिरवा केशरी निळा काळा	इंद्रनील काळामोती पुष्कराज -	३,५ आणि ८ - -
ल, जुलै, , जानेवारी र, फेब्रुवारी ऑगस्ट	रविवार मंगळवार गुरुवार -	पांढरा लाल पिवळसर -	माणिक मोती पुष्कराज -	१,३ आणि ९ - -

एस. डी. बर्मन	१ ऑक्टोबर १९०६
अनिल बळेल	१ सप्टेंबर १९४४
कवी वसंत बापट	२५ जुलै १९४४
आमदार गिरीश बापट	३ सप्टेंबर १९५०
डॉ. वि. मा. बाचल	१५ फेब्रुवारी १९३३
डॉ. विजय भटकर	११ ऑक्टोबर १९४६
रोहिणी भाटे	१४ नोव्हेंबर १९२४
केशवराव भोसले	९ ऑगस्ट १८९०
केशवराव भोळे	२३ मे १८९६
मनोजकुमार	२८ जुलै १९३७
प्रमोद महाजन	३० ऑक्टोबर १९४९
गंगाधर महांबरे	३१ जानेवारी १९३१
मास्टर दीनानाथ	२९ डिसेंबर १९००
ना. धों. महानोर	१६ सप्टेंबर १९४२
डॉ. मा. प. मंगुडकर	१७ डिसेंबर १९२९
मारुती माने	२७ डिसेंबर १९३८
डॉ. काशिनाथ घाणेकर	१४ सप्टेंबर १९३२
सुभाष घई	२४ जानेवारी १९४३
सुलोचना चव्हाण	१३ मार्च १९३३
सुचेता चापेकर	६ डिसेंबर १९४८
लीला चिटणीस	१ सप्टेंबर १९१२

छोटा गंधर्व	१० मार्च १९१८
मनोहर जोशी	२ डिसेंबर १९३७
बिंदुमाधव जोशी	२५ सप्टेंबर १९३१
पं. भीमसेन जोशी	१४ फेब्रुवारी १९२२
जयंतराव टिळक	१२ ऑक्टोबर १९२१
कवी ग्रेस	१० मे १९४०
कवी गुलजार	१८ ऑगस्ट १९३६
शोभा गुर्टू	८ फेब्रुवारी १९२५
आबासाहेब गरवारे	२१ डिसेंबर १९०३
रोहिणी खाडिलकर	१ एप्रिल १९६३
दादा कोंडके	८ ऑगस्ट १९३२
अण्णासाहेब किर्लोस्कर	३१ मार्च १८४३
मच्छिंद्र कांबळी	२ ऑक्टोबर १९४८
हृषीकेश कानिटकर	१४ नोव्हेंबर १९७४
गिरिश कार्नाड	१९ मे १९३८
डॉ. पतंगराव कदम	८ जानेवारी १९४४
पांडुरंगशास्त्री आठवले	१९ ऑक्टोबर १९२०
संजीव अभ्यंकर	५ ऑक्टोबर १९६९
शौनक जितेंद्र अभिषेकी	२८ एप्रिल १९७०
विजय मेहता	४ नोव्हेंबर १९३३
गोपीनाथ मुंडे	१२ डिसेंबर १९४९
कृष्णदेव मुळगुंद	२७ मे १९१३
शाहू मोडक	२५ एप्रिल १९१८
डॉ. विश्वास मेहेंदळे	१० जुलै १९३९
डॉ. विजया राजाध्यक्ष	५ ऑगस्ट १९३३
कवी पु. शि. रेगे	२ ऑगस्ट १९१०

माणिक वर्मा	१६ मे १९२६
माधव वझे	२१ ऑक्टोबर १९३९
देवेन वर्मा	२३ ऑक्टोबर १९३७
गजानन वाटवे	८ जून १९१७
साधु वासवानी	२५ नोव्हेंबर १८७९
रामानंद सागर	२९ डिसेंबर १९१७
सानिया ऊर्फ सुनंदा कुलकर्णी	१० नोव्हेंबर १९५२
शंकर सारडा	४ सप्टेंबर १९३७
शिवाजी सावंत	३१ ऑगस्ट १९४०
कवी नारायण सुर्वे	१० ऑक्टोबर १९२६
अण्णा हजारे	१५ जानेवारी १९४०
रोहिणी हट्टंगडी	११ एप्रिल १९५१

□□

डॉ. पं. मधुकर घाणेकर

* डॉ. मधुसूदन घाणेकर हे आंतरराष्ट्रीय ख्यातीचे अंकज्योतिषशास्त्र तज्ज्ञ आहेत.
* सन २००६ मध्ये झालेल्या पहिल्या जागतिक अंकज्योतिष आणि हस्तसामुद्रिक परिषदेचे अध्यक्षपद भूषविण्याचा त्यांना बहुमान मिळाला आहे.
* अंकज्योतिष आणि हस्तसामुद्रिक शास्त्रातील मौलिक कार्यासाठी त्यांना कीरो इंटरनॅशनल ॲवॉर्ड प्राप्त झाले आहे.
* विदेश दौऱ्यात २००० हून अधिक पर्यटकांचा हात विनामूल्य पाहून त्यांना दिलासा देण्याचा विश्वविक्रमापलीकडील विक्रम अवघ्या १० दिवसांत केला. त्यांची अंकज्योतिष, हस्तसामुद्रिक, फलज्योतिष, वास्तुशास्त्र, फेंगशुई, अध्यात्म, संमोहन, रेकी, हस्ताक्षर मनोविश्लेषण आदीविषयक अधिक १०० हून पुस्तके प्रकाशित झाली असून विविध विषयांवर २१६ पुस्तके प्रसिद्ध आहेत.
* 'महिला ज्योतिर्विद' या संस्थेचे ते संस्थापक आहेत. अथर्व ज्योतिष विद्यापीठ, डॉ. मधुसूदन घाणेकर ब्रह्मध्यान विद्यापीठ आणि डॉ. मधुसूदन घाणेकर विश्व हास्य विद्यापीठ अशा ३ विद्यापीठांचे डॉ. घाणेकर संस्थापक आणि कुलपती आहेत.
* युनिव्हर्सल ॲस्ट्रॉलॉजिकल फाऊंडेशन, हॅंडरायटिंग ॲनॅलिसिस रिसर्च फाऊंडेशन, दत्तोपासक कै. ताई घाणेकर स्मृतिमंच, व्ही

आर्ट्स, राही, फ्रेंड्स इंटरनॅशनल, 'सा' फिल्मस, मधुरंग ॐ संमोहन, श्री गुरू रेकी केंद्र आदी १२ संस्थांचे ते संस्थापक-अध्यक्ष आहेत.

* १२ विविध आंतरराष्ट्रीय परिषदांसह १२ महत्त्वपूर्ण साहित्य संमेलनांचे अध्यक्षपद डॉ. घाणेकर यांनी भूषविले आहे.

* एका विश्वविक्रमासह ७ लिम्का रेकॉर्ड्स त्यांच्या नावावर आहेत. ज्योतिष, हस्ताक्षर मनोविश्लेषण, साहित्य, एकपात्री कार्यक्रम, चित्रपट, संपादन, संगीत, अभिनय, दिग्दर्शन, व्यंगचित्र, गीतलेखन, कथा-पटकथा-संवादलेखन आदी ५० क्षेत्रांसाठी डॉ. घाणेकर यांना ७५ आंतरराष्ट्रीय पुरस्कार मिळाले आहेत.

* हस्ताक्षर मनोविश्लेषणासाठी श्रीलंकेची डॉक्टरेट मिळाली. 'शाश्वत आनंद कसा मिळवावा?' या जीवनप्रणालीच्या प्रसारकार्यासाठी त्यांना युरोपचा परब्रह्मर्षी हा सर्वोच्च आंतरराष्ट्रीय सन्मान प्राप्त झाला आहे.

* 'सबकुछ मधुसूदन' ह्या त्यांच्या विश्वविक्रमी एकपात्री कार्यक्रमाचा तब्बल २१,००० वा प्रयोग दिवाळी २०१३ नंतर भूतानमध्ये सादर केला जाणार आहे.

* डहाळी, पूरिया धनाश्री, व्हिक्टोरियस, अंभृणी, रंगसारंगचे डॉ. घाणेकर संपादक आहेत.

* डॉ. मधुसूदन घाणेकर यांनी गेली ५० वर्षे एकपात्री क्षेत्रासाठी सातत्याने मौलिक योगदान दिले आहे.

* डॉ. मधुसूदन घाणेकर यांना भारतीय चित्रपटसृष्टीच्या शताब्दी वर्षाचे औचित्य साधून चित्रपटक्षेत्रातील बहुमूल्य कार्यासाठी 'ग्लोरियस यूएसए'ने सेंच्युरियन इंटरनॅशनल ॲवॉर्डने नुकतेच सन्मानित केले.

□□